મેક યોર બેડ

મેક યૉર બેડ

નાની નાની વાતો જે બદલી શકે છે તમારું જીવન... અને કદાચ દુનિયા પણ

એડમિરલ
વિલિયમ એચ. મૈકરેવન

અનુવાદ : સુજલ ચિખલકર

Published by

MANJUL

Manjul Publishing House
Corporate and Editorial Office:
•2nd Floor, Usha Preet Complex,
42 Malviya Nagar, Bhopal 462 003 - India
Sales and Marketing Office:
•C-16, Sector 3, Noida, Uttar Pradesh
201301, India
Registered Office:
•10, Nishat Colony, Bhopal 462 003
E-mail: manjul@manjulindia.com
Website: www.manjulindia.com

Distributed by

Navbharat Sahitya Mandir
•Opp Patasa Pole, Nr. Jain Derasar,
Gandhi Road, Ahmedabad - 380 001 - India
•202 Pelican House,
Gujarat Chamber of
Commerce Compound,
Opp. H. K. College, Ashram Road,
Ahmedabad - 380 009 - India
Tel.: 079 - 22139253, 22132921
E-mail: info@navbharatonline.com
Website: www.navbharatonline.com

First published in India by

MANJUL

Manjul Publishing House

Corporate and Editorial Office

•2nd Floor, Usha Preet Complex, 42 Malviya Nagar, Bhopal 462 003 - India

Sales and Marketing Office

•C-16, Sector 3, Noida, Uttar Pradesh 201301, India

Registered Office:

•10, Nishat Colony, Bhopal 462 003

E-mail: manjul@manjulindia.com Website: www.manjulindia.com

Distributed by

Navbharat Sahitya Mandir

•Opp Patasa Pole, Nr. Jain Derasar, Gandhi Road, Ahmedabad - 380 001 - India

•202 Pelican House, Gujarat Chamber of Commerce Compound, Opp. H. K. College, Ashram Road, Ahmedabad - 380 009 - India

Tel.: 079 - 22139253, 22132921 E-mail: info@navbharatonline.com

Website: www.navbharatonline.com

Gujarati translation of *Make Your Bed: Feel grounded and think positive in 10 simple steps* by William H. McRaven

This edition first published in 2024

ISBN 978-93-5543-182-0

Translation by Sujal Chikhalkar

Printed and bound in India by Repro India Limited.

મારાં ત્રણ બાળકો : બિલ, જૉન અને કેલીને સમર્પિત. મને મારાં બાળકો પર જેટલો ગર્વ છે તેટલો બીજા કોઈ પિતાને તેનાં બાળકો પર ના હોઈ શકે. તમારા લીધે મારા જીવનની દરેક ક્ષણ શ્રેષ્ઠ બની છે. તેમજ મારી પત્ની, મારી શ્રેષ્ઠ મિત્ર જ્યોર્જિએનને સમર્પિત, જેણે મારાં તમામ સપનાંઓને શક્ય બનાવ્યાં. તારા વિના હું ક્યાં હોત?

અનુક્રમ

પ્રસ્તાવના

17 મે, 2014ના રોજ, મને ઑસ્ટિન સ્થિત ટેક્સાસ યુનિવર્સિટીના સ્નાતક વિદ્યાર્થીઓને ઉદ્‌ઘાટન વક્તવ્ય આપવાનું સન્માન મળ્યું. આમ તો હું પણ આ યુનિવર્સિટીમાં જ ભણ્યો હતો, પરંતુ મને એ વાતની ચિંતા થતી હતી કે ત્યાં એવા સૈન્ય અધિકારીને સાંભળવા માટે કોણ આવશે, જેની કારકિર્દી યુદ્ધે નક્કી કરી હોય. જોકે, મારા આશ્ચર્ય વચ્ચે, સ્નાતક થયેલા વર્ગે મારું ભાષણ ધ્યાનથી સાંભળ્યું. મારું વક્તવ્ય નેવી સીલ ટ્રેનિંગ દરમિયાન મેં શીખેલા દસ પાઠ પર આધારિત હતું. આ પાઠ સાર્વત્રિક અપીલ ધરાવતા હતા. આ સરળ પાઠ સીલ ટ્રેનિંગના ટ્રાયલ પાસ કરવામાં તો મદદરૂપ થતા, સાથે જ આ દસ પાઠ જીવનના પડકારોનો સામનો કરવા માટે પણ એટલા જ મહત્ત્વપૂર્ણ છે - એનાથી કોઈ ફેર નથી પડતો કે તમે કોણ છો. વીતેલાં ત્રણ વર્ષમાં, ઘણા લોકોએ રસ્તામાં મને પોતાની વાત કહીને સ્તબ્ધ કરી દીધો : તેઓ શાર્ક સામે નીડરતાથી કેવી રીતે ઊભા રહ્યા, તેમણે ઘંટ કેમ ના વગાડ્યો અથવા સવારમાં પોતાની પથારી ગોઠવવાથી તેમને તેમના પ્રતિકૂળ સમયમાં કેવી રીતે મદદ મળી? તે બધા, મારા જીવનને આકાર આપનારા દસ પાઠ અને મારી કારકિર્દીમાં મને

પ્રેરણા આપનાર લોકો વિશે વધારે જાણવા માગતા હતા. આ નાનકડા પુસ્તકમાં એ બધું જ કહેવાનો પ્રયત્ન કર્યો છે. દરેક પ્રકરણમાં આ બોધપાઠની વિગતવાર વાત કરી છે. તેમાં કેટલાક લોકોની નાની-નાની વાતો સાંકળી લીધી છે, જેમણે મને શિસ્ત, દૃઢતા, આદર અને એમના સાહસ થકી પ્રેરિત કર્યો. મને આશા છે કે આ પુસ્તક તમને ગમશે.

મેક યૉર બેડ

પ્રકરણ 1

તમારા દિવસની શરૂઆત કોઈ કામને પૂર્ણ કરીને કરો

જો તમે દુનિયા બદલવા માગતા હોવ તો...

તમારી પથારી સરખી ગોઠવીને શરૂઆત કરો

પ્રાથમિક સીલ ટ્રેનિંગ માટેના બૅરેક કેલિફોર્નિયાના કોરોનાડોમાં પેસિફિક મહાસાગરના બીચથી માત્ર સો યાર્ડના અંતરે આવેલી, ત્રણ માળની સામાન્ય બિલ્ડિંગમાં બનેલા છે. બિલ્ડિંગમાં કોઈ એરકન્ડિશનર નથી અને રાત્રે બારીઓ ખુલ્લી હોય તો તમે કિનારે અથડાતા ભરતીનાં મોજાંઓનો જોરદાર અવાજ સાંભળી શકો છો.

બૅરેકમાં રૂમ સાદા છે. ઑફિસરના રૂમમાં ચાર પથારી અને યુનિફૉર્મ લટકાવવા માટેના એક કબાટ સિવાય કંઈ નહોતું. હું આ રૂમમાં જ રહેતો હતો. હું જ્યારે બૅરેકમાં રહેતો હતો, ત્યારે સવારે ઊઠીને નેવીની 'રેક'માંથી બહાર નીકળીને તરત જ મારી પથારી સરખી કરવાનું શરૂ કરી દેતો. આ દિવસનું પહેલું કામ રહેતું. એ પછીનો આખો દિવસ યુનિફૉર્મ નિરીક્ષણ, લાંબું સ્વિમિંગ, લાંબી રેસ, અવરોધ કોર્સ અને સીલ ઇન્સ્ટ્રક્ટરના નિરંતર ચાલતા ઠપકામાં પસાર થતો હતો.

'સાવધાન!' ઇન્સ્ટ્રક્ટર રૂમમાં પ્રવેશ્યા એટલે તરત જ ક્લાસ લીડર, લેફ્ટનન્ટ જુનિયર ગ્રેડ ડેનિયલ સ્ટીવર્ડે બૂમ પાડી. ચીફ પેટી ઑફિસર મારી પાસે આવ્યા એટલે હું પથારીમાંથી ઊતરીને પગની એડીને એકસાથે જોડીને ટટ્ટાર ઊભો થઈ ગયો. કઠોર અને ભાવરહિત ચહેરાવાળા ટ્રેનરે મારી લીલી યુનિફૉર્મ કેપમાં સ્ટાર્ચ તપાસવાનું શરૂ કર્યું કે તેના 'કવર' આઠ બાજુએથી

કડક અને યોગ્ય રીતે સેટ છે કે નહીં. ઉપરથી નીચે તરફ જોતી વખતે તેની નજર મારા યુનિફૉર્મના દરેક ઇંચને તપાસી રહી હતી. શર્ટ અને પેન્ટની ક્રીઝ એક લાઇનમાં છે કે નહી? બેલ્ટ પરનું પિત્તળ કાચ જેવું ચમકે છે કે નહીં? મારા બૂટની ચમકમાં તેની આંગળીઓ અરીસામાં દેખાય તેવી દેખાય છે કે નહીં? જ્યારે તેને સંતોષ થયો કે હું સીલ વિદ્યાર્થીઓ પાસેથી અપેક્ષિત ઉચ્ચ માપદંડોને પૂર્ણ કરું છું, ત્યારે તેણે બેડ તપાસવાનું શરૂ કર્યું.

પથારી રૂમ જેટલી સાદી હતી. તેમાં સ્ટીલની ફ્રેમ અને એક ગાદલા સિવાય બીજું કંઈ નહોતું. ગાદલા પર ચાદર પાથરેલી હતી અને તેની ઉપર ઓઢવાની ચાદર હતી. ગાદલાની નીચે ચુસ્તપણે ગોઠવેલો ગ્રે રંગનો ઊનનો ધાબળો સેન ડિએગોની ઠંડી સાંજે હૂંફ આપતો હતો. એક બીજો ધાબળો લંબચોરસ આકારમાં પલંગમાં પગ તરફ સરસ વાળીને મૂક્યો હતો. લાઇટહાઉસ ફૉર ધ બ્લાઇન્ડ દ્વારા બનાવેલ ઓશીકું પથારીમાં માથાના ભાગે મૂક્યું હતું, જે પગમાં રાખેલા ધાબળાની બરાબર 90 ડિગ્રી ઍંગલ પર હતું. આ જ માપદંડ હતો. આ સચોટ માપદંડમાં સહેજ પણ ફેરફારનો અર્થ હતો કે મારે “લહેરો સામે પડવું પડશે” અને પછી મારા આખા શરીરે રેતી ચોંટી ના જાય ત્યાં સુધી બીચ પર આળોટીને “શુગર કૂકી” જેવા દેખાવું પડશે.

હું ચુપચાપ ઊભો-ઊભો ત્રાંસી નજરે ઇન્સ્ટ્રક્ટર સામે જોતો હતો. તેણે થાકીને મારી પથારી તરફ જોયું. તેણે નીચે નમીને, ઓરડાનો દરેક ખૂણો તપાસ્યો અને પછી ધાબળા અને ઓશીકાની તપાસ કરીને ખાતરી કરી કે તે બધું યોગ્ય રીતે સેટ છે. એ પછી, પોતાના ખિસ્સામાં હાથ નાખીને તેણે એક ક્વાર્ટર કાઢ્યો અને કેટલીયેવાર હવામાં ઉછાળ્યો, જેથી મને પાક્કી ખાતરી

થઈ જાય કે હવે પથારીની છેલ્લી તપાસ થવાની છે. તેણે ક્વાર્ટર હવામાં ઉછાળ્યો, અંતિમ ફડફડાટ સાથે ક્વાર્ટર હવામાં ઊંચે ઊછળ્યો અને હળવા જમ્પ સાથે પથારી પર પડ્યો. તે પલંગથી એટલો ઉપર ઊછળ્યો હતો કે ઇન્સ્ટ્રક્ટર તેને પોતાના હાથમાં પકડી શકે.

મારી સામે ચાલતાં ચાલતાં ટ્રેનરે મારી આંખોમાં જોઈને માથું હલાવ્યું. તે ક્યારેય એક શબ્દ બોલ્યા નહોતા. પથારી સરખી રીતે ગોઠવવાથી મારી પ્રશંસા નહોતી થવાની. આવા કામની તો મારી પાસેથી અપેક્ષા રખાતી હતી. આ મારું દિવસનું પહેલું કામ રહેતું અને તે યોગ્ય રીતે કરવું જરૂરી હતું. તેમાં મારી શિસ્ત દેખાતી હતી. તેનાથી ખબર પડતી કે નાની-નાની બાબતો પર મારું કેટલું ધ્યાન હોય છે અને દિવસના અંતે એ મને યાદ અપાવશે કે મેં કંઈક સારું કર્યું છે, જેના પર મને ગર્વ થવો જોઈએ, પછી ભલે તે કામ ગમે તેટલું નાનું કેમ ના હોય.

નૌકાદળમાં મારા આખા જીવન દરમિયાન, પોતાની પથારી ગોઠવવી એ મારું કાયમી કામ હતું, જેના માટે મારા પર રોજેરોજ ભરોસો કરી શકાતો. એક વિશેષ ઑપરેશન સબમરીન, યુએસએસ ગ્રેબેકમાં સવાર એક યુવાન સીલ તરીકે મને ખરાબ રૂમમાં રાખવામાં આવ્યો હતો, જેમાં પથારીના ઊંચા ઊંચા ઢગલા હતા. એ રૂમની દેખરેખ રાખનારા ઉત્સાહી વૃદ્ધ ડૉક્ટરે મને ભારપૂર્વક કહ્યું હતું કે, હું રોજ સવારે મારું કબાટ ગોઠવીને જાઉં. તે ઘણીવાર કહેતા કે જો પથારી બરાબર ના ગોઠવી હોય અને રૂમ ચોખ્ખો ના હોય, તો મરીન (ખલાસી) શ્રેષ્ઠ તબીબી સારસંભાળની અપેક્ષા કેવી રીતે રાખી શકે? પછીથી મને સમજાયું કે સ્વચ્છતા અને વ્યવસ્થાની આ ભાવના લશ્કરી જીવનનાં દરેક પાસાંઓમાં લાગુ થાય છે.

ત્રીસ વર્ષ પછી ન્યૂ યૉર્ક શહેરમાં ટ્વીન ટાવર તોડી પાડવામાં આવ્યાં. પૅન્ટાગોન સ્તબ્ધ થઈ ગયું અને પેનસિલ્વેનિયામાં વિમાનમાં સવાર બહાદુર અમેરિકનો મૃત્યુ પામ્યા હતા.

આ હુમલાઓ થયા ત્યારે હું ગંભીર પેરાશૂટ અકસ્માતમાં ઘાયલ થયા પછી ઘરે રહીને સ્વસ્થ થઈ રહ્યો હતો. મારા સરકારી ક્વાર્ટરમાં હૉસ્પિટલનો પલંગ મૂકેલો હતો અને હું દિવસમાં મોટાભાગનો સમય પીઠને બળ સૂઈને, સ્વસ્થ થવાના પ્રયત્ન કરતો હતો. હું કોઈ પણ ભોગે એ પથારીમાંથી છુટકારો ઇચ્છતો હતો. દરેક સીલની જેમ હું પણ આ યુદ્ધમાં મારા સાથી યોદ્ધાઓ સાથે રહેવા માંગતો હતો.

આખરે જ્યારે હું કોઈની મદદ વિના પથારીમાંથી ઊભો થવા લાગ્યો, ત્યારે મેં પહેલું કામ ચાદરને ચુસ્તપણે ખેંચીને પાથરવાનું અને ઓશીકાં સરખાં મૂકવાનું કર્યું. મેં એ વાતની ખાતરી કરી લીધી કે મારા ઘરે આવતા દરેકને હૉસ્પિટલની પથારી જોવાલાયક લાગે. આ મારી રીત હતી, બધાને એ બતાવવાની કે મેં મારી ઈજા પર કાબૂ મેળવી લીધો છે અને હવે જીવનમાં આગળ વધી રહ્યો છું.

9/11ની ઘટના બની એનાં ચાર અઠવાડિયાંની અંદર જ મારી બદલી વ્હાઇટ હાઉસમાં કરવામાં આવી. ત્યાં નવી બનેલી કોમ્બેટિંગ ટેરરિઝમની ઑફિસમાં મેં બે વર્ષ સુધી કામ કર્યું. ઑક્ટોબર 2003 સુધીમાં, હું ઇરાકમાં બગદાદ એરફિલ્ડ પરના અમારા કામચલાઉ હેડક્વાર્ટરમાં પહોંચી ચૂક્યો હતો. શરૂઆતના થોડા મહિના અમે આર્મીના પલંગ પર સૂતા હતા. તેમ છતાં પણ હું રોજ સવારે ઊઠીને, મારી સ્લીપિંગ બૅગ પૅક કરતો, ઓશીકું પથારીમાં માથા પાસે મૂકીને દિવસ માટે તૈયાર થઈ જતો.

વર્ષ 2003ના ડિસેમ્બર મહિનામાં અમેરિકન સૈન્યએ સદ્દામ હુસૈનને પકડી લીધો. એ વખતે અમે તેને એક નાનકડી ઓરડીમાં રાખ્યા હતા. તે પણ સૈન્યના પલંગ પર સૂતા હતા, પરંતુ તેમની ચાદર અને ધાબળા મોંઘા હતા. મારા સૈનિકો તેની યોગ્ય રીતે કાળજી રાખે છે કે નહીં તે ચકાસવા એક દિવસ હું સદ્દામ હુસૈન પાસે ગયો. મેં થોડું હસીને જોયું કે સદ્દામે તેનો પલંગ સરખી રીતે નહોતો ગોઠવ્યો. પલંગના પાયા પાસેનાં કવર ચોળાઈ ગયાં હતાં અને એવું લાગતું હતું કે તે ભાગ્યે જ ક્યારેક તેમને સીધા કરતા હશે.

આગામી દસ વર્ષમાં મને આ દેશના અનેક શ્રેષ્ઠ પુરુષો અને સ્ત્રીઓ સાથે કામ કરવાની તક મળી, જેમાં જનરલથી લઈને સ્થાનિકો સુધી, એડમિરલથી લઈને ખલાસી સુધી, રાજદૂતથી લઈને ક્લાર્ક ટાઇપિસ્ટ સુધીના લોકોનો સમાવેશ થતો હતો. યુદ્ધના પ્રયાસના સમર્થનમાં વિદેશમાં તૈનાત કરાયેલા અમેરિકનોએ આ મહાન રાષ્ટ્રના રક્ષણ માટે સ્વેચ્છાએ ઘણું બલિદાન આપ્યું હતું.

તે બધા સમજી ગયા હતા કે જીવન અઘરું છે અને ક્યારેક ક્યારેક, યુદ્ધમાં તમે તમારા દિવસનાં પરિણામોને અસરકારક બનાવવા માટે જેટલું કરો તેટલું ઓછું છે. યુદ્ધમાં સૈનિકો હણાય છે, તેમના પરિવારો વિલાપ કરે છે, તમારા દિવસો લાંબા અને ચિંતાજનક ક્ષણોથી ભરેલા છે. તમે કોઈ એવી વસ્તુને શોધ્યા કરો છો, જે તમને સાંત્વના આપી શકે, જે તમને તમારો દિવસ શરૂ કરવાની પ્રેરણા આપી શકે, જે ઘણીવાર આ કદરૂપી દુનિયામાં ગર્વની લાગણી બની શકે છે. જોકે આ માત્ર યુદ્ધની વાત નથી. રોજિંદા જીવનમાં પણ બંધારણની આવી લાગણી જરૂરી હોય છે. કોઈ પણ વ્યક્તિના વિશ્વાસની શક્તિ અને આરામની જગ્યા કોઈ લઈ શકતું નથી, પરંતુ ઘણીવાર પોતાની પથારી સરખી ગોઠવવાનું સરળ કામ તમને તમારો દિવસ શરૂ

કરવામાં મદદ કરી શકે છે અને એ કામ સરસ રીતે કર્યાનો સંતોષ પણ આપે છે.

જો તમે તમારા જીવન અને સંભવતઃ આ દુનિયાને બદલવા માગતા હોવ, તો તેની શરૂઆત પોતાની પથારીને સરસ ગોઠવીને કરો!

પ્રકરણ 2

તેને તમે એકલા નહીં કરી શકો

જો તમે દુનિયા બદલવા માગતા હોવ તો...

તમારી મદદ કરવા માટે કોઈને શોધો

સીલ ટ્રેનિંગમાં હું થોડા જ વખતમાં ટીમ વર્કના મહત્ત્વને સમજી ગયો અને મુશ્કેલ કામોમાં મદદ મેળવવા માટે કોઈના પર ભરોસો મૂકવાની જરૂરિયાતને પણ સમજી ગયો હતો. અમારામાંથી જે "ટેડપોલ્સ" નૌકાદળના દેડકાઓ બનવાની ઇચ્છા રાખતા હતા, તેમને એક મહત્ત્વપૂર્ણ પાઠ શીખવાડવા માટે દસ ફૂટની રબર રાફ્ટનો ઉપયોગ કરવામાં આવતો હતો.

સીલ ટ્રેનિંગના પ્રથમ તબક્કા દરમિયાન, અમે જ્યાં પણ જઈએ ત્યાં રાફ્ટ લઈ જવાની જરૂર પડતી. અમારે બૅરેકમાંથી, હાઈવે પાર કરીને ચૌક હૉલ સુધી દોડીને જવાનું હોવાથી અમે રાફ્ટને માથે ઊંચકી લેતા. એ પછી જ્યારે અમે કોરોનાડોમાં રેતીના ટેકરા પર ઉપર અને નીચે દોડતા ત્યારે રાફ્ટને નીચે લઈ લેતા. અમે રાફ્ટને સમુદ્રકિનારે ઉત્તરથી દક્ષિણ સુધી અવિરતપણે ચલાવતાં અને સાતેય જણ સાથે મળીને ઊછળતાં મોજાંઓ દ્વારા રબરની હોડીને તેના અંતિમ ગંતવ્ય સુધી લઈ જવાનું કામ કરતા હતા.

જો કે, અમે રાફ્ટ સાથેની અમારી મુસાફરીમાં બીજું પણ કંઈક શીખ્યા. ઘણીવાર નૌકાચાલક દળના સભ્યોમાંથી કોઈ બીમાર અથવા ઘાયલ થઈ જતો અને પૂરી તાકાતથી કામ નહોતો કરી શકતો. મેં પણ ટ્રેનિંગના દિવસે ઘણીવાર મારી જાતને શરદી કે ફ્લૂને લીધે થાકેલો જોયો છે. તે દિવસે, બીજા સભ્યો કમાન્ડ સંભાળી લેતા. તેઓ વધારે તાકાતથી પેડલ મારતા હતા. તે વધુ

ઊંડે જતા હતા. મને વધારાની શક્તિ મળે તે માટે એ લોકો એમનું રાશન મને આપી દેતા. ત્યાર પછીની ટ્રેનિંગમાં જ્યારે સમય આવ્યો, ત્યારે મેં પણ તેમના ઉપકારનું વળતર ચૂકવ્યું. રબરની રાફ્ટે અમને સમજાવ્યું કે ટ્રેનિંગમાં કોઈ પણ વ્યક્તિ તેને એકલા ચલાવી નહીં શકે. કોઈ પણ સીલ એકલા આનો સામનો નહીં કરી શકે અને આને સવિસ્તાર સમજીએ તો તમને જીવનના મુશ્કેલ સમયમાં લોકોની મદદની જરૂર પડે છે.

પચીસ વર્ષ પછી જ્યારે મેં પશ્ચિમ કિનારે તમામ સીલની કમાન સંભાળી ત્યારે મને મદદની આટલી જરૂર નહોતી પડી.

હું કોરોનાડોમાં નેવલ સ્પેશિયલ વૉરફેર ગ્રૂપ વનનો કોમોડોર હતો. નેવી કૅપ્ટન તરીકે, હું દાયકાઓથી વિશ્વભરમાં અગ્રણી સીલનું નેતૃત્વ કરતો હતો. એકવાર વધારે ગરબડ થઈ ગઈ ત્યારે હું પેરાશૂટથી યોગ્ય પદ્ધતિથી કૂદી ગયો હતો.

અમે સી-130 હરક્યુલિસ ઍરક્રાફ્ટમાં બેઠા હતા અને બાર હજાર ફૂટની ઊંચાઈએ જઈને કૂદવાની તૈયારી કરી રહ્યા હતા. પ્લેનની પાછળની બાજુએ જોતાં અમને કેલિફોર્નિયાનાં દિવસનાં સુંદર દૃશ્યો દેખાતાં હતાં. આકાશમાં એકેય વાદળ ન હતું. પેસિફિક મહાસાગર શાંત હતો અને આટલી ઊંચાઈએથી થોડા માઈલ દૂર આવેલી મેક્સિકન સરહદ દેખાતી હતી.

જમ્પમાસ્ટરે બૂમ પાડી “સ્ટેન્ડ બાય.” હવે રેમ્પની ધાર પરથી હું નીચે જમીન પર જોઈ શકતો હતો. જમ્પમાસ્ટરે મારી આંખોમાં જોયું, સ્મિત કર્યું અને બૂમ પાડી, “કૂદો, કૂદો, કૂદો!” હું પ્લેનમાંથી બહાર નીકળી ગયો. મારા હાથ સંપૂર્ણપણે ખૂલેલા હતા અને પગ પીઠની પાછળ હળવેથી અડેલા હતા. પ્લેનના પ્રોપ બ્લાસ્ટને લીધે જ્યાં સુધી મારા હાથને હવા ના અડી ત્યાં સુધી

હું આગળની તરફ નમેલો રહ્યો અને પછી સીધો થઈ ગયો.

મેં તરત જ મારું અલ્ટિમીટર તપાસ્યું અને પછી ખાતરી કરી કે હું તો ગોળગોળ નથી ફરી રહ્યો. એ પછી મેં ચેક કર્યું કે અન્ય કોઈ જમ્પર્સ તો મારી નજીક નથીને. વીસ સેકન્ડ પછી હું 5,500 ફૂટની ઊંચાઈએથી પડી ચૂક્યો હતો.

અચાનક જ મેં જોયું કે બીજો એક જમ્પર મારી નીચે આવી ગયો હતો અને જમીન સુધીના મારા માર્ગની વચ્ચે હતો. તેણે પોતાનો રિપકોર્ડ બહાર કાઢ્યો અને મેં પાઇલટને તેની પીઠ પર લાગેલી બૅગમાંથી મુખ્ય પેરાશૂટને ખોલતો દેખ્યો. તરત જ મેં હાથને ઝાટકાથી પોતાની તરફ ખેંચી લીધો અને માથાને જમીન તરફ કરીને એક ધક્કા સાથે ગતિ મેળવીને, તે ખૂલી રહેલા પેરાશૂટથી દૂર જવાનો પ્રયત્ન કર્યો. પરંતુ ઘણું મોડું થઈ ગયું હતું.

તે જમ્પરનો પેરાશૂટ મારી સામે એર બૅગની જેમ ખૂલી ગયો અને 120 માઈલ પ્રતિ કલાકની ઝડપે મને અથડાયો. તેથી હું મુખ્ય કેનોપીથી દૂર ફેંકાઈને નિયંત્રણની બહાર જતો રહ્યો, તેનાથી થનારી અસરથી હું લગભગ અજાણ હતો. થોડીક સેકન્ડોમાં, મારી જાતને ફરીથી સ્થિર કરવાના પ્રયાસમાં હું માથાથી પગ સુધી ફરી ગયો. હું મારા અલ્ટિમીટર જોઈ ના શક્યો અને એ વાતથી પણ અજાણ હતો કે હું નીચે કેટલે દૂર પડી રહ્યો છું.

સહજ રીતે હું મારા રીપ કોર્ડ સુધી પહોંચ્યો અને તેને ખેંચી લીધો. પાઇલોટ શૂટ નાના પાઉચમાંથી નીકળીને પેરાશૂટની પાછળની તરફ આવ્યો, પરંતુ એ જ વખતે હું જમીન તરફ ગબડતો હતો ત્યારે એ મારા પગમાં લપેટાઈ ગયો. હું એ ગૂંચમાંથી નીકળવાના જેટલા પ્રયત્ન કરતો, તેટલો વધારે ગૂંચવાતો ગયો. હવે મુખ્ય પેરાશૂટ આંશિક રીતે ખૂલી ગયું હતું, પરંતુ આ પ્રક્રિયા દરમિયાન તે મારા બીજા પગની આસપાસ પણ લપેટાઈ ગયું હતું.

ગરદનને આકાશ તરફ ફેરવતી વખતે મેં જોયું કે મારા પગ રાઇઝરના બે સેટથી બંધાયેલા હતા. રાઇઝર એટલે કે મુખ્ય પેરાશૂટને મારી પીઠ પરના હાર્નેસ સાથે જોડતા લાંબા નાયલોનના પટ્ટાઓ. એક રાઇઝર એક પગની આસપાસ અને બીજી રાઇઝર બીજા પગની આસપાસ વીંટળાયેલી હતી, મુખ્ય પેરાશૂટ બૅકપૅકમાંથી સંપૂર્ણપણે બહાર નીકળી ચૂક્યું હતું, પણ મારા શરીર પર ક્યાંક લટકતું હતું.

જ્યારે હું ગૂંચમાંથી બહાર નીકળવા માટે સંઘર્ષ કરી રહ્યો હતો ત્યારે અચાનક મને લાગ્યું કે પેરાશૂટની છત્રી મારા શરીરથી ઊપસીને ખૂલવા લાગી છે. મારા પગ તરફ જોતાં, હું સમજી ગયો કે હવે આગળ શું થવાનું છે.

થોડી જ સેકન્ડોમાં છત્રીમાં હવા ભરાઈ ગઈ. મારા એક-એક પગની આસપાસ લપેટાયેલા બે રાઇઝર અચાનક અને આક્રમક રીતે અલગ થઈ ગયા અને તેમની સાથે મારા પગને લઈ ગયા. મારા હિપ્સ તરત જ અલગ થઈ ગયા, કારણ કે ખૂલવાની તાકાતે મારા નીચેના શરીરને જાણે ફાડી જ નાંખ્યું હતું. નિતંબને શરીર સાથે જોડતા હજારો નાના સ્નાયુઓ ફાટી ગયા હતા.

મારું મોં ખુલ્લું પડી ગયું અને મોંમાંથી જોરદાર ચીસો નીકળી જે મેક્સિકો સુધી સંભળાઈ. મારા શરીરમાં કેડની નીચે અને માથા સુધી તીવ્ર દુખાવો થતો હતો. સ્નાયુઓના તીવ્ર ખેંચાણે મારા ઉપરના ધડની સ્થિતિ ખૂબ બગાડી હતી અને એના લીધે હાથ-પગનો દુખાવો વધી ગયો હતો. એ પછી શરીરના બહારના અનુભવની જેમ હું મારી ચીસોથી વાકેફ થયો અને મેં તેને નિયંત્રિત કરવાના પ્રયત્ન કર્યો, પરંતુ પીડા ખૂબ જ અસહ્ય હતી.

મારું માથું હજી પણ નીચે હતું અને બહુ ઝડપથી નીચે પડતી વખતે મેં મારી જાતને હાર્નેસમાં સીધી કરી, જેનાથી મારા પેલ્વિસ અને પીઠ પરના દબાણમાં થોડી રાહત થઈ.

પંદરસો ફૂટ.

પેરાશૂટ ખૂલે ત્યાં સુધીમાં તો હું ચાર હજાર ફૂટ કરતાં વધુ નીચે પડી ચૂક્યો હતો. સારા સમાચાર : મારા માથા ઉપરની છત્રી આખી ખૂલી ગઈ હતી. ખરાબ સમાચાર : શરૂઆતની અસરને લીધે મારું શરીર તૂટી રહ્યું હતું.

હું ડ્રોપ ઝોનથી લગભગ બે માઈલ દૂર ઊતર્યો. થોડી જ વારમાં, ડ્રોપ ઝોનના ક્રૂ મારી પાસે પહોંચી ગયા અને ઍમ્બ્યુલન્સ પણ આવી ગઈ. મને સેન ડિએગોના મધ્યમાં બનેલા ટ્રોમા હૉસ્પિટલમાં લઈ જવામાં આવ્યો. બીજા દિવસે મારું ઑપરેશન થઈ ગયું. અકસ્માતે મારા પેલ્વિસનો લગભગ પાંચ ઇંચ ભાગ ફાડી નાખ્યો હતો. મારા પેટના સ્નાયુઓ મારા પેલ્વિસના હાડકાંથી અલગ થઈ ગયા હતા અને પેરાશૂટ ખોલવાના આંચકાથી મારી પીઠ અને પગના સ્નાયુઓને ભારે નુકસાન થયું હતું. મારા પેલ્વિસમાં ટીટેનિયમની મોટી પ્લેટ લગાવવામાં આવી અને સહારા માટે પીઠમાં એક મોટો સ્કેપ્યુલર સ્ક્રૂ લગાવવામાં આવ્યો હતો.

આ મને મારી કારકિર્દીના અંત જેવું લાગતું હતું. સારા સીલ બનવા માટે તમારું શારીરિક રીતે ફિટ હોવું જરૂરી છે. મારા પુનર્વાસમાં મહિનાઓ કે વર્ષો લાગવાનાં હતાં અને પછી હું ફરજ માટે યોગ્ય છું કે કેમ તે નક્કી કરવા માટે નેવીએ મારું તબીબી મૂલ્યાંકન કરવાનું હતું. સાત દિવસ પછી હું હૉસ્પિટલથી ઘરે આવ્યો, પરંતુ બે મહિના સુધી ઘરે પથારીવશ રહ્યો.

આખી જિંદગી મને લાગતું હતું કે હું અજેય છું. હું માનતો હતો કે મારામાં એવી જન્મજાત એથ્લેટિક ક્ષમતાઓ છે, જે મને ગમે તેવી ખતરનાક પરિસ્થિતિઓમાંથી બહાર કાઢી શકે છે અને અહીં સુધી હું સાચો જ હતો. મારી કારકિર્દીમાં મેં અનેક વખત જીવલેણ દુર્ઘટનાઓનો સામનો કર્યો હતો, જેમ કે આકાશમાં અધવચ્ચે જ બીજા પેરાશૂટ સાથે અથડામણ,

અનિયંત્રિત નાની સબમરીનમાં ઊતરવું, ઓઇલ રિગથી આશરે સેંકડો ફૂટ નીચે પડવું, ડૂબતી બોટની નીચે ફસાઈ જવું, ડિમોલિશન જેમાં અકાળે વિસ્ફોટ થયો અને એવી અસંખ્ય ઘટનાઓ છે જ્યાં એક સેકન્ડ કરતાં પણ ઓછા સમયમાં જીવન અને મૃત્યુનો નિર્ણય થઈ જતો. નસીબજોગે દર વખતે હું કોઈક રીતે યોગ્ય નિર્ણય લેવામાં સફળ રહ્યો. મારી સામે આવેલા પડકારને પહોંચી વળવા માટે દર વખતે હું શારીરિક રીતે એકદમ ફિટ હતો, આ વખતે નહીં.

હવે, પથારીમાં સૂતાં-સૂતાં મને મારી દયા આવતી હતી. જો કે આવું લાંબો વખત રહેવાનું ન હતું. મારી પત્ની જૉર્જિયનને નર્સિંગ ડ્યૂટી સોંપવામાં આવી હતી. તેણીએ મારા ઘા સાફ કર્યા, મને રોજ જરૂરી ઇન્જેક્શન આપ્યાં અને મારા બેડપેન બદલ્યાં, પરંતુ આ બધામાં સૌથી અગત્યની વાત એ હતી કે, તેણે મને એ યાદ અપાવ્યું કે હું કોણ છું. મેં જીવનમાં ક્યારેય હાર નહોતી માની અને તેણે મને ખાતરી આપી હતી કે મારા જીવનમાં હમણાં કંઈ પણ શરૂ થવાનું નથી. તેણે મને દિલગીર થવાની ના પાડી. આ એક પ્રકારનો અઘરો પ્રેમ હતો જેની મને ખૂબ જરૂર હતી અને જેમ જેમ દિવસો વીતતા ગયા તેમ તેમ હું વધુ સારો થતો ગયો.

મારા મિત્રો ઘરેથી આવી ગયા. મને સતત ફોન કર્યા અને તેમનાથી શક્ય હોય તે રીતે મારી મદદ કરી. અમારી પૉલિસી પ્રમાણે, અકસ્માતનો ભોગ બનનાર વ્યક્તિને નૌકાદળમાં સીલ તરીકે કાર્યરત રાખવો કે નહીં તે નક્કી કરવા માટે, તે વ્યક્તિની ક્ષમતાઓની ચકાસણી કરવામાં આવતી. એ વખતે મારા બૉસ એડમિરલ એરિક ઓલ્સને આ પૉલિસીમાં કોઈક એવો રસ્તો શોધી કાઢ્યો જેના લીધે હું ફરીથી સીલ બની શક્યો. મારા માટેના તેમના સમર્થને જ કદાચ મારી કારકિર્દીને બચાવી લીધી.

સીલ ટીમ સાથેના મારા કાર્યકાળ દરમિયાન મને અનેકવાર નિષ્ફળતા મળી અને દર વખતે કોઈ ને કોઈ મારી મદદ માટે આવ્યું. કેટલાકને મારી ક્ષમતાઓમાં વિશ્વાસ હતો, કેટલાકને મારામાં એવી સંભાવનાઓ દેખાઈ, જે બીજા કોઈમાં ના હોઈ શકે, કેટલાકે મારી કારકિર્દીને આગળ વધારવા માટે તેમની પોતાની પ્રતિષ્ઠા જોખમમાં મૂકી. કારકિર્દીના રસ્તામાં મને મદદ કરનારા લોકોને હું ક્યારેય ભૂલીશ નહીં અને હું જાણું છું કે મારા જીવનમાં મેં જે કંઈ પણ મેળવ્યું છે તે બીજાએ કરેલી મદદનું પરિણામ છે.

આપણામાંથી કોઈ પણ જીવનમાં આવતી મુશ્કેલીઓથી બચી શકતું નથી. બેઝિક સીલ ટ્રેનિંગમાં જેમ અમારી પાસે રબરની નાવડી રહેતી તેમ, તમારા જીવનમાં તમારા ગંતવ્ય સુધી પહોંચવા માટે સારા લોકોની ટીમની જરૂર હોય છે. તમે એકલા હોડી ચલાવી શકતા નથી. તમારું જીવન શેર કરવા માટે કોઈને શોધો. શક્ય તેટલા વધારે મિત્રો બનાવો અને ક્યારેય ભૂલશો નહીં કે તમારી સફળતા અન્ય લોકો પર આધારિત હોય છે.

પ્રકરણ 3

માત્ર હૃદયનો આકાર જ મહત્ત્વનો છે

જો તમે દુનિયા બદલવા માગતા હોવ તો...

વ્યક્તિનું મૂલ્યાંકન તેના હૃદયના આકારથી કરો

હું જમણી બગલમાં કાળા રબરના ફ્લિપરને દબાવીને અને ડાબા હાથમાં માસ્ક લઈને બીચ તરફ દોડ્યો. પરેડ રેસ્ટ પર આવીને મેં ફ્લિપર્સને નરમ રેતીમાં મૂક્યા અને એમને શંકુ આકારમાં એકબીજા સામે ટેકવી દીધા. મારી જમણી અને ડાબી બાજુ બીજા વિદ્યાર્થીઓ ઊભા હતા. અમે ગ્રીન ટી શર્ટ, ખાખી સ્વિમ ટ્રંક્સ, નિઓપ્રીન બુટીઝ અને નાના લાઇફ જૅકેટ પહેરીને સવારની બે માઈલ સ્વિમિંગની તૈયારી કરી રહ્યા હતા.

લાઇફ જૅકેટ એક નાનું, રબરનું બ્લૈડર હતું અને એ ત્યારે જ ફૂલતું જ્યારે તેનું હેન્ડલ ખેંચવામાં આવે. કોઈને લાઇફ જૅકેટ વાપરવાની જરૂર પડે તેવી સ્થિતિ વિદ્યાર્થીઓમાં શરમજનક વાત ગણાતી. તેમ છતાં વિદ્યાર્થીઓ તરવા જાય તે પહેલાં દરેકના લાઇફ જૅકેટનું નિરીક્ષણ કરવું સીલ ઇન્સ્ટ્રક્ટર માટે જરૂરી હતું. જો કે આ નિરીક્ષણ ઇન્સ્ટ્રક્ટરને હજી વધારે હેરાન કરવાની તક પણ આપતા.

તે દિવસે કોરોનાડોનાં મોજાં આશરે આઠ ફૂટ ઊંચાં હતાં. મોજાં ત્રણની લાઇનમાં આવીને, જોરદાર ગર્જના સાથે પછડાતાં હતાં. આવા અવાજથી બધા વિદ્યાર્થીઓના ધબકારા વધી ગયા હતા. ઇન્સ્ટ્રક્ટર ધીમે ધીમે લાઇનથી નીચે આવીને, સીધા મારી જમણી બાજુ ઊભેલા વિદ્યાર્થી પાસે આવ્યા. તે વિદ્યાર્થી સીમૅન તરીકે નવો જોડાયો હતો અને નૌકાદળ માટે બિલકુલ નવો હતો,

તેની ઊંચાઈ આશરે પાંચ ફૂટ ચાર ઇંચ હતી. સીલ ઇન્સ્ટ્રક્ટર, પુરસ્કારોથી સમ્માનિત, વિયેતનામી યુદ્ધનો અનુભવી સૈનિક હતો. તેની ઊંચાઈ છ ફૂટ બે ઇંચથી વધારે હતી અને તે ઓછી ઊંચાઈવાળા વિદ્યાર્થી પર ચઢી બેઠો હોય તેવું લાગતું હતું.

વિદ્યાર્થીના લાઇફ જૅકેટનું નિરીક્ષણ કર્યા પછી, ઇન્સ્ટ્રક્ટરે પોતાના ડાબા ખભા પરથી ઊંચા ઊછળતાં મોજાંઓ તરફ જોયું અને પછી નીચે વળીને વિદ્યાર્થીના ફ્લિપર્સ પકડી લીધા. ફ્લિપર્સને યુવાન ખલાસીના ચહેરા પાસે લાવીને શાંતિથી પૂછ્યું, "શું તું ખરેખર દેડકો બનવા માંગે છે?"

તે ખલાસી ટટ્ટાર ઊભો થયો, આંખોમાં અવગણનાના ભાવ સાથે તેણે જોરથી કહ્યું, "હા, ઇન્સ્ટ્રક્ટર, મારે બનવું છે!"

"તું બહુ ઠીંગણો છે," ઇન્સ્ટ્રક્ટરે તેના ચહેરા પર ફ્લિપર્સ લહેરાવતાં કહ્યું. "ત્યાં પેલી લહેરો તને તોડીને અડધો કરી શકે છે." તે થોડું અટક્યો અને પછી સમુદ્ર તરફ નજર કરીને કહ્યું. "તને ઈજા થાય તે પહેલાં તારે આ બધું છોડવા વિશે વિચારવું જોઈએ."

હું આંખના ખૂણેથી પણ જોઈ શકતો હતો કે એ વિદ્યાર્થીનું જડબું કસાવા લાગ્યું હતું.

"હું છોડીશ નહીં!" ખલાસીએ દરેક શબ્દ પર ભાર આપતાં જવાબ આપ્યો. ત્યારબાદ ઇન્સ્ટ્રક્ટરે વાંકા નમીને એ વિદ્યાર્થીના કાનમાં કંઈક કહ્યું. જો કે ઊછળતા મોજાંઓના અવાજમાં હું કશું સાંભળી ના શક્યો.

બધા વિદ્યાર્થીઓનું નિરીક્ષણ કર્યા પછી ઇન્સ્ટ્રક્ટરે અમને પાણીમાં કૂદવાનો આદેશ આપ્યો અને અમે તરવાનું શરૂ કર્યું. એક કલાક પછી, હું સર્ફ ઝોનમાંથી બહાર આવ્યો, ત્યારે મેં પેલા યુવાન ખલાસીને ત્યાં ઊભેલો જોયો. તેણે વર્ગમાં સૌથી પહેલાં તરવાનું પૂરું કર્યું હતું. તે દિવસે પછીથી હું તેને ખેંચીને

એક તરફ લઈ ગયો અને પૂછ્યું કે, ઇન્સ્ટ્રક્ટરે તેના કાનમાં શું કહ્યું હતું. તેણે હસીને ગર્વથી કહ્યું, "મને ખોટો સાબિત કરો!"

સીલની ટ્રેનિંગ હંમેશાં કંઈ ને કંઈ સાબિત કરવા માટે થતી. એ સાબિત કરવા કે આકારથી કોઈ ફેર પડતો નથી. એ સાબિત કરવા કે ત્વચાનો રંગ મહત્ત્વનો નથી. એ સાબિત કરવા કે તમને પૈસાએ શ્રેષ્ઠ નથી બનાવ્યા. એ સાબિત કરવા કે પ્રતિભા કરતાં દઢ સંકલ્પ અને ધીરજનું મહત્ત્વ હંમેશાં વધારે હોય છે. હું નસીબદાર હતો કે મને ટ્રેનિંગ શરૂ થવાના એક વર્ષ પહેલાં આ પાઠ શીખવા મળ્યો.

સેન ડિએગોમાં શહેરના મધ્યમાં સિટી બસમાં બેઠો ત્યારે કોરોનાડોની ખાડીમાં બેઝિક સીલ ટ્રેનિંગ સેન્ટરની મુલાકાત લેવાની વાતથી હું ખૂબ ખુશ હતો. હું ફર્સ્ટ-ક્લાસ મિડશિપમૅન હતો, જે નેવલ રિઝર્વ ઑફિસર્સ ટ્રેનિંગ કોર (ROTC) પ્રોગ્રામ અંતર્ગત સમર ક્રૂઝ અટેન્ડ કરવા જઈ રહ્યો હતો. ફર્સ્ટ-ક્લાસ મિડશિપમૅન તરીકે હું કૉલેજના મારા જુનિયર અને સિનિયર લોકોની વચ્ચે હતો અને જો બધું બરાબર રહ્યું તો હું આગામી ઉનાળા સુધીમાં સીલ ટ્રેનિંગ પૂરી કરીને કમિશન મેળવવાની આશા રાખતો હતો. અઠવાડિયાનો મધ્યભાગ ચાલતો હતો અને મને મારા આરઓટીસી ઇન્સ્ટ્રક્ટર તરફથી મંજૂરી મળી ગઈ હતી કે હું પૉર્ટના કોઈ જહાજમાં વિદેશમાં યોજાનારી ટ્રેનિંગથી અલગ કોરોનાડો જઈ શકું છું.

હું જાણીતી હોટેલ ડેલ કોરોનાડોની બહાર બસમાંથી ઊતર્યો અને મુખ્ય રસ્તાથી લગભગ એક માઈલ ચાલીને નેવલ એમ્ફિબિયસ બેઝના બીચ પર પહોંચ્યો. હું કોરિયન યુદ્ધ સમયની અનેક ઇમારતો પાસેથી પસાર થયો, જેમાં અંડરવૉટર ડિમોલિશન

ટીમ અગિયાર અને બાર રોકાઈ હતી. નબળી ઈંટોની એક માળની ઇમારતની બહાર લાકડાની મોટી નિશાની હતી, જેમાં ફ્રેડી ફ્રોગનું ચિત્ર દોરેલું હતું, તે એક મોટો અને લીલા જાળીદાર પગવાળો ઉભયજીવી જીવ હતો, જે સિગાર પીતા પીતા ટીએનટીની લાકડીને લઈ જતો હતો. આ વૅસ્ટ કોસ્ટના મરજીવાઓનું ઘર હતું. આ એ જ મુખવટો પહેરનારા યોદ્ધાઓ હતા જેમના લશ્કરી પૂર્વજોએ આઇવો જીમા, તારાવા, ગુઆમ અને ઇંચોનના સમુદ્રકિનારાને સાફ કર્યા હતા. મારું હૃદય જોરથી ધબકવા લાગ્યું. આ એ જ જગ્યા હતી, જ્યાં હું એક વર્ષની અંદર રહેવા માંગતો હતો.

અંડરવૉટર ડિમોલિશન ટીમો પાસેથી પસાર થયા પછી, મને સીલ ટીમ વનની ઇમારત દેખાઈ. આ ટીમ તે સમયે જંગલી લડવૈયાઓની એક નવી જાતિ હતી અને તેમણે વિયેતનામના સૈન્યમાં સૌથી મજબૂત સૈનિકો તરીકે ખ્યાતિ મેળવી હતી. લાકડાના બીજા મોટા ચિહ્નમાં સેમી સીલ બનેલી હતી, જેના એક હાથમાં ખંજર હતું અને ખભા પર કાળો ડગલો લપેટાયેલો હતો. એ વાત તો મને પછી ખબર પડી કે મરજીવા અને સીલ એક રીતે સમાન જ હતા. બધા લોકો સીલ ટ્રેનિંગમાં સ્નાતક હતા અને મનથી મરજીવા હતા.

અંતે, હું નૌકાદળના મથકની બીચ પાસે આવેલી છેલ્લી સરકારી ઇમારતમાં પહોંચ્યો. ઇમારતના બહારના રવેશ પર લખ્યું હતું કે, બેઝિક અંડરવૉટર ડિમોલિશન સીલ ટ્રેનિંગ. મુખ્ય પ્રવેશદ્વારની બહાર બે સીલ ઇન્સ્ટ્રક્ટર હાઈસ્કૂલના કેટલાક યુવાન સી કેડેટ્સથી ઘેરાયેલા હતા. હાઈસ્કૂલના વિદ્યાર્થીઓની વચ્ચે આ બંને સીલ ઊંચા ટાવર જેવા લાગતા હતા. સિનિયર ચીફ પેટી ઑફિસર ડિક રે, છ ફૂટ ત્રણ ઇંચ ઊંચા, પહોળા ખભા, પાતળી કમર અને ઘેરી પેન્સિલ જેવી પાતળી મૂછોના માલિક હતા. મારી દૃષ્ટિએ તેમનામાં એ બધું જ હતું, જે હું કોઈ

સીલમાં જોવા માગતો હતો. તેમની બાજુમાં ચીફ પેટી ઑફિસર જીન વેન્સ ઊભા હતા. છ ફૂટથી વધુ ઊંચા વેન્સ લાઇનબેકર જેવા હતા, તેમનું કસાયેલું શરીર અને આંજી નાખે તેવી કઠોર આંખો બધાને વધારે નજીક ના આવવાની ચેતવણી આપતી હતી.

સી કેડેટ્સને ઇમારતમાં લઈ જવામાં આવ્યા. થોડા ગભરાટ સાથે હું તેમની પાછળ ગયો અને ફ્રન્ટ ડેસ્ક પાસે રોકાઈ ગયો. મેં ડેસ્ક સંભાળતા યુવાન નૌસૈનિકને મારી વાત કહી. હું યુનિવર્સિટી ઑફ ટેક્સાસનો મિડશિપમૅન હતો અને મારી પાસે હું સીલ ટ્રેનિંગ વિશે વાતો કરીશ એવી આશા રાખવામાં આવતી. તે નૌસૈનિક થોડીવાર માટે પોતાની જગ્યાએથી ગયો અને મને કહ્યું કે, લેફ્ટનન્ટ ડૌગ હથ થોડીવારમાં મારી સાથે વાત કરશે.

લેફ્ટનન્ટ હથ મને ઑફિસમાં બોલાવે તેની રાહ જોતી વખતે, હું હૉલની દીવાલો પર લગાવેલા ફોટા જોતાં જોતાં આમ-તેમ ફરવા લાગ્યો. એ મેકોંગ ડેલ્ટાના કમર સુધીના ઊંડા કાદવમાંથી બહાર નીકળતા વિયેતનામમાં તૈનાત સીલના ફોટા હતા. નાઇટ મિશનમાંથી પાછી ફરતી કેમોફ્લેજ સીલ ટુકડીના ફોટાઓ હતા. જંગલ તરફ જતી સ્વિફ્ટ બોટમાં ઑટોમેટિક શસ્ત્રો અને દારૂગોળાથી સજ્જ લોકો બેઠા હતા.

મેં આ લાંબા હૉલની નીચે બીજા એક માણસને ફોટા જોતો જોયો. કપડા પરથી સિવિલિયન લાગતો એ માણસ દૂબળો-પાતળો અને કમજોર હતો. તેના કાન પાસે કાળા વાળના ગુચ્છા લટકતા હતા. એવું લાગતું હતું કે તે ફોટાઓમાં, અદ્ભુત યોદ્ધાઓ અને તેમણે કરેલા કામોને વિસ્મયથી જોઈ રહ્યો હતો. હું મનોમન વિચારવા લાગ્યો કે તે એવું વિચારતો હશે કે તેનામાં સીલ બનવાની લાયકાત છે કે નહીં. શું તે એવું વિચારતો હશે કે તેનામાં ટ્રેનિંગ સહન કરવા જેટલી શક્તિ છે? શું તેણે વિચાર્યું હશે કે તેના નાના કદ કાઠી ભારે બૅગ અને એક હજાર રાઉન્ડ

દારૂગોળો લઈ જઈ શકશે? શું તેણે મુખ્યદ્વાર પાસે ઊભેલા બે સીલ ઇન્સ્ટ્રક્ટરોને નહીં જોયા હોય? એ લોકો એકદમ પર્ફેક્ટ અને ભારે ભરખમ હતા. મને એ વાતનું દુઃખ થયું કે તેના કોઈ સાથીએ તેને ગેરમાર્ગે દોર્યો હશે અને કદાચ તેને નાગરિક તરીકેનું આરામદાયક જીવન છોડીને સીલ ટ્રેનિંગ માટે પ્રયત્ન કરવા પ્રોત્સાહિત કર્યો હશે.

થોડીવાર પછી, ફ્રન્ટ ડેસ્કનો એ નૌસેનિક શાંતિથી કોરિડોર તરફ ચાલવા લાગ્યો અને મને લેફ્ટનન્ટ હથની ઑફિસ સુધી મૂકી ગયો. લેફ્ટનન્ટ ડૌગ હથ પણ સીલ માટેના ભરતી પોસ્ટર જેવા હતા; કદાવર સ્નાયુબદ્ધ બાંધો, લહેરાતા સોનેરી વાળ સાથે નૌસેનાના ખાખી યુનિફૉર્મમાં તેઓ ખૂબ જ આકર્ષક લાગતા હતા.

હું હથના ડેસ્કની સામે એક ખુરશીમાં બેઠો. અમે સીલ ટ્રેનિંગ અને પ્રોગ્રામની જરૂરિયાતો વિશે વાત કરી. હથે મને વિયેતનામમાં તેમના અનુભવો વિશે વાત કરી અને એ પણ કહ્યું કે, જો હું સીલની ટ્રેનિંગ પૂરી કરી લઉં તો ટીમમાં મારું જીવન કેવું હશે, તે જ્યારે દીવાલ પર લાગેલા ફોટાઓ તરફ જોતા હતા ત્યારે જ મેં ત્રાંસી નજરે સિવિલિયન કપડાંમાં પેલા દૂબળા-પાતળા માણસને જોયો. મારી જેમ તે પણ સીલ ટ્રેનિંગ વિશે વધુ જાણવાની ઇચ્છાથી લેફ્ટનન્ટ હથને મળવાની રાહ જોઈ રહ્યો હતો. તેનાથી મને મારા વિશે એવું સારું લાગ્યું કે હું બીજા માણસ કરતાં વધારે મજબૂત અને વધુ સજ્જ છું, જે વિચારે છે કે તે સીલ બનવાના પડકારોને સહન કરી શકે છે.

અમારી વાતચીત દરમિયાન લેફ્ટનન્ટ હથ બોલતાં-બોલતાં અચાનક જ અટકી ગયા, તેમણે ડેસ્ક પરથી જોયું અને હૉલમાં રહેલા એ વ્યક્તિને બૂમ પાડી. હથે એ દૂબળા-પાતળા વ્યક્તિને પોતાની ઑફિસમાં બોલાવ્યો એટલે હું ઊભો થઈ ગયો.

"બિલ, આ ટૉમી નોરિસ છે," તેમણે પાતળા વ્યક્તિને આલિંગન આપતાં કહ્યું. હથે વધુમાં જણાવ્યું, "ટૉમીને વિયેતનામમાં સીલ મૅડલ ઑફ ઑનર મળ્યો હતો." નોરિસ હસ્યો, તે આવા પરિચયથી થોડો શરમાઈ ગયો હતો. જવાબમાં મેં સસ્મિત ચહેરે તેની સાથે હાથ મિલાવ્યો અને મારી જાત પર હસ્યો. આ ગુચ્છેદાર વાળવાળો, દૂબળો-પાતળો અને નબળો લાગતો માણસ લેફ્ટનન્ટ ટૉમ નોરિસ હતા, જેમના વિશે મને શંકા હતી કે તે ટ્રેનિંગ પણ સહન નહીં કરી શકે. વિયેતનામમાં તૈનાત ટૉમ નોરિસ ફસાયેલા બે એરમૅનને બચાવવા માટે કેટલીય રાતો સુધી દુશ્મન સૈનિકોની લાઇન પાછળ લાગેલા રહ્યા હતા. આ એ જ ટૉમ નોરિસ હતા, જેમને એક મિશનમાં ઉત્તર વિયેતનામી સેનાની ગોળી ચહેરા પર વાગી હતી અને જો પેટી ઑફિસર માઈક થોર્નટને તેમણે બચાવ્યા ના હોત તો એ ત્યાં જ મૃત્યુ પામ્યા હોત. માઇકને આ સેવા બદલ પછીથી મૅડલ ઑફ ઑનર એનાયત થયો હતો. આ એ ટૉમ નોરિસ હતા, જે સાજા થયા પછી એફબીઆઈની પ્રથમ હોસ્ટેજ રેસ્ક્યૂ ટીમમાં જોડાયા હતા. આ શાંત, રિઝર્વ અને નમ્ર માણસ સીલ ટીમના લાંબા ઇતિહાસના સૌથી મજબૂત સીલ પૈકી એક હતો.

1969માં ટૉમી નોરિસને સીલ ટ્રેનિંગમાંથી લગભગ બહાર કાઢી મુકાયા હતા. તેમને કહેવાયું હતું કે તે ઠીંગણો, ખૂબ પાતળો અને બહુ નબળો છે. પરંતુ મારા વર્ગના યુવાન ખલાસીની જેમ, નોરિસે તે બધાને ખોટા સાબિત કર્યા અને ફરી એકવાર બતાવ્યું કે તે તમારા ફ્લિપર્સનો નહીં, પણ હૃદયનો આકાર મહત્ત્વનો છે.

પ્રકરણ 4

જીવન સહેલું નથી – આગળ વધો!

જો તમે દુનિયા બદલવા માગતા હોવ તો...

શુગર કૂકી બનવાનું બંધ કરો અને
આગળ વધતા રહો

હું રેતીના ટેકરાની ટોચ પરથી દોડ્યો અને જરાય અટક્યા વિના બીજી બાજુ ઊતરીને, પૂરપાટ ઝડપે પ્રશાંત મહાસાગર તરફ દોડ્યો. સંપૂર્ણ લીલો યુનિફૉર્મ, શોર્ટ-બિલ્ડ ટોપી અને કૉમ્બેટ બૂટ પહેરેલી સ્થિતિમાં જ મેં કેલિફોર્નિયાના કોરોનાડોના બીચ પર અથડાતાં મોજાંઓમાં ડાઇવ મારી.

પાણીમાંથી ભીના થઈને બહાર આવતી વખતે મેં સીલ ઇન્સ્ટ્રક્ટરને ટેકરા પર ઊભેલા જોયા. તેના હાથ બંધાયેલા હતા અને સવારના ધુમ્મસને ચીરતી તીક્ષ્ણ નજરની સાથે, મેં તેમની બૂમ સાંભળી, "મિસ્ટર મેક, તમે જાણો છો કે તમારે શું કરવાનું છે!"

ખરેખર મને ખબર હતી.

બનાવટી ઉત્સાહ સાથે, મેં મારા ફેફસાં પર પૂરેપૂરી તાકાત લગાવીને "હુયાહ"ની બૂમો પાડી અને નરમ રેતીમાં ઢળી પડ્યો. રેતીમાં આમ-તેમ આળોટતી વખતે એ ખાતરી કરી કે મારા યુનિફૉર્મનો કોઈ ભાગ ખુલ્લો ના રહી ગયો હોય. મારા ભીના શરીર પર રેતી બરાબર ચોંટે અને હું એકદમ શૂગર કૂકી (ખાંડવાળા બિસ્કિટ જેવો ચળકતો) જેવો દેખાઉ એ માટે હું ઘૂંટણિયે બેઠો અને રેતીને હવામાં ઊછળવા લાગ્યો, જેથી રેતી મારા શરીરની દરેક તિરાડમાં પહોંચી જાય.

સવારની શારીરિક ટ્રેનિંગ દરમિયાન ક્યાંક મેં "સીલ ટ્રેનિંગના નિયમોનું ઉલ્લંઘન કર્યું હતું." જેની મને સજા મળી હતી કે હું સર્ફ ઝોનમાં કૂદું, રેતીમાં આમ-તેમ આળોટીને મારી જાતને "શુગર કૂકી" બનાવી લઉં.

સીલની આખી ટ્રેનિંગ દરમિયાન શુગર કૂકી બનવા કરતાં વધારે અગવડભર્યું બીજું કંઈ નહોતું. આમ તો ટ્રેનિંગમાં ઘણી બધી વસ્તુઓ પીડાદાયી, થકવનારી અને કંટાળાજનક હતી, પરંતુ શુગર કૂકી બનવાની સજામાં તમારી ધીરજ અને દૃઢ સંકલ્પની કસોટી થતી. આવું માત્ર એટલા માટે નહીં કે તમે બાકીનો આખો દિવસ ગરદન નીચે, તમારા હાથ નીચે અને તમારા પગ વચ્ચે રેતી સાથે વિતાવ્યો, પરંતુ એટલા માટે કે તેમાં તમારે તરત શુગર કૂકી બનવું પડતું. આ ક્રિયા સંપૂર્ણપણે આડેધડ હતી. તેમાં કોઈ કારણ નહોતું જોઈતું. તમારે ઇન્સ્ટ્રક્ટરના કહેવા પર શુગર કૂકી બનવું પડતું.

ઘણા સીલ વિદ્યાર્થીઓ માટે આને સ્વીકારવાનું અઘરું થઈ જતું. એવા પણ લોકો હતા, જેમણે સર્વશ્રેષ્ઠ બનવાના પ્રયત્નો કર્યા અને એવી અપેક્ષા રાખતા હતા કે તેમને તેમના શ્રેષ્ઠ પ્રદર્શન માટે પુરસ્કાર આપવામાં આવશે. કેટલીકવાર એવું બનતું પણ ખરું અને કેટલીકવાર નહોતું પણ બનતું. કેટલીકવાર તેમના તમામ પ્રયત્નોના બદલે તેમને ભીની રેતી જ મળતી.

મને લાગ્યું કે હું આખો રેતીથી લપેટાઈ ગયો છું, એટલે દોડીને ઇન્સ્ટ્રક્ટર પાસે ગયો અને ફરીથી "હૂયાહ" એવી બૂમ પાડીને એમનું ધ્યાન ખેંચ્યું. લેફ્ટનન્ટ ફિલિપ એલ. માર્ટિન મને ધ્યાનથી જોઈ રહ્યા હતા કે હું તેમનાં ધોરણો મુજબ પૂરેપૂરો શુગર કૂકી બન્યો છું કે નહીં. લેફ્ટનન્ટ ફિલિપ એલ. માર્ટિન, તેમના મિત્રોમાં મૉકી તરીકે જાણીતા હતા. જોકે હું તેમની સાથે એટલો ભળ્યો નહોતો કે એમને મૉકી કહીને બોલાવી શકું.

મૉકી મૉર્ટિન સર્વશ્રેષ્ઠ ફ્રોગમેન (મરજીવા) હતા. હવાઈમાં જન્મેલા અને ઊછરેલા, મૉર્ટિન બિલકુલ એવા જ હતા જેવો હું સીલ ઑફિસર તરીકે બનવાનો પ્રયત્ન કરતો હતો. વિયેતનામ યુદ્ધના એક અનુભવી સૈનિક તરીકે, તે સીલ શસ્ત્રાગારમાં ઉપલબ્ધ દરેક હથિયારના નિષ્ણાત હતા. તે સીલ ટીમના શ્રેષ્ઠ સ્કાય ડાઇવર્સ પૈકીના એક હતા અને મૂળ હવાઈના હોવાને લીધે તે પાણીમાં એટલા કુશળ હતા કે બહુ ઓછા લોકો તેમની બરોબરી કરી શકતા.

"મિસ્ટર મેક, શું તમે જાણો છે કે આજે સવારે તમને શુગર કૂકી કેમ બનાવ્યા હતા?" મૉર્ટિને ખૂબ જ શાંતિથી પણ પ્રશ્નાર્થમાં પૂછ્યું.

"ના, ઇન્સ્ટ્રક્ટર માર્ટિન," મેં કર્તવ્યનિષ્ઠાથી જવાબ આપ્યો.

"કારણ કે, મિસ્ટર મેક, જીવન એટલું સરળ નથી અને આ વાત તમે જેટલા જલદી સમજી જાઓ, તેટલું સારું રહેશે."

એક વર્ષ પછી લેફ્ટનન્ટ મૉર્ટિન અને હું એકબીજાની એટલી નજીક આવી ગયા કે એકબીજાને પહેલા નામથી બોલાવવા લાગ્યા. મેં સીલની બેઝિક ટ્રેનિંગ પૂર્ણ કરી લીધી હતી અને તેમને ફરીથી ટ્રેનિંગ સેન્ટરમાંથી કોરોનાડોમાં અંડરવૉટર ડિમોલિશન ટીમ ઇલેવનમાં મોકલવામાં આવ્યા હતા.

હું મૉકીને જેટલા વધુ ઓળખતો ગયો તેમ તેમ તેમના પ્રત્યેનો મારો આદર વધતો ગયો. તેઓ એક સારા સીલ ઑપરેટર હોવા ઉપરાંત, એક ઉત્તમ એથ્લિટ પણ હતા. વર્ષ 1980ના દાયકાની શરૂઆતમાં તેમને ટ્રાયથલૉનનો ભારે શોખ હતો. તે ખુલ્લા મહાસાગરમાં સુંદર ફ્રી સ્ટાઇલ સ્ટ્રોક મારતા. તેમની જાંઘો અને પગની પિંડીઓ મજબૂત હતી અને દૂર સુધી ચાલવામાં એમને

જરાય તકલીફ નહોતી પડતી, જો કે આ વાતનો ખરો ફાયદો તે સાઇકલ ચલાવવામાં લેતા હતા. તે અને બાઇક એકબીજા માટે જ બન્યા હતા.

તે દરરોજ સવારે બાઇક લઈને કોરોનાડો સિલ્વર સ્ટ્રેન્ડ પર ત્રીસ માઈલ ઉપર-નીચેની રાઇડ માટે જતા. પેસિફિક મહાસાગરની સમાંતર બાઇક માટે પાક્કો રસ્તો બનાવેલો હતો. આ રસ્તો કોરોનાડો શહેરથી ઇમ્પિરિયલ બીચ શહેર સુધી જતો હતો. એક બાજુ સમુદ્ર અને બીજી બાજુ ખાડી હોવાથી આ જગ્યા કેલિફોર્નિયાના બીચ પરની સૌથી સુંદર જગ્યાઓમાંની એક હતી.

એક શનિવારની વહેલી સવારે, મૉકી સિલ્વર સ્ટ્રેન્ડ પર ટ્રેનિંગ રાઇડ માટે નીકળ્યા હતા. માથું નીચું કરીને, ઝડપથી પેડલ મારતી વખતે તે સામેથી આવતી સાઇકલને ના જોઈ શક્યા અને લગભગ પચીસ માઈલ પ્રતિ કલાકની ઝડપે બે સાઇકલો સામસામે અથડાઈ. આ અથડામણને લીધે સાઇકલો તૂટીફૂટી ગઈ હતી. બંને ચાલકો ડામરના રસ્તા પર ઢળી પડ્યા. પહેલો સવાર ધૂળ ચાટતાં, લથડતા લથડતા મહામહેનતે પોતાની જાતે ઊભો થઈ ગયો. એ પણ જોરથી પછડાયો હતો, પરંતુ એકંદરે સાજો હતો.

મૉકી મોં પર પડ્યા હતા અને હલનચલન કરવાની સ્થિતિમાં નહોતા. થોડી જ વારમાં પેરામેડિક્સ આવી પહોંચ્યા અને મૉકીને સાચવીને હૉસ્પિટલમાં લઈ ગયા. શરૂઆતમાં એવું લાગતું હતું કે તેમનો લકવો અસ્થાયી છે, પરંતુ દિવસો, મહિનાઓ અને વર્ષો વીતતા ગયા, પરંતુ મૉકી ફરી ક્યારેય તેમના પગનો ઉપયોગ ના કરી શક્યા. આ અકસ્માતને લીધે તેમનો કમરથી નીચેનો ભાગ લકવાગ્રસ્ત થઈ ગયો હતો અને હાથનું હલનચલનન પણ મર્યાદિત હતું.

છેલ્લાં પાંત્રીસ વર્ષથી મૉકી વ્હીલચેરમાં છે. આટલાં વર્ષોમાં મેં ક્યારેય તેમને પોતાની કમનસીબી વિશે ફરિયાદ કરતા

સાંભળ્યા નથી. મેં ક્યારેય એમને એવું કહેતાં સાંભળ્યાં નથી કે, "આવું મારી સાથે જ કેમ થયું?" તેમણે ક્યારેય પોતાના પર દયા નથી દાખવી.

હકીકતમાં આ અકસ્માત પછી, મૉકી એક કુશળ ચિત્રકાર તરીકે સામે આવ્યા. તે એક સુંદર યુવાન પુત્રીના પિતા બન્યા. તેમણે કોરોનાડોમાં દર વર્ષે યોજાતી સુપર ફ્રોગ ટ્રાયથલોનની સ્થાપના કરી અને આ આયોજન પોતાની દેખરેખ હેઠળ કરાવતા.

જીવનમાં પોતાના કમનસીબી માટે કોઈ બાહ્ય તાકાતને જવાબદાર ગણવાનું સહેલું છે, પ્રયત્નો બંધ કરવાનું સરળ છે, કારણ કે તમે માની લો છો કે તમારું નસીબ ખરાબ છે. એ વિચારવું સહેલું છે કે તમારો ઉછેર ક્યાં થયો છે, તમારાં માતા-પિતાએ તમારી સાથે કેવું વર્તન કર્યું છે અથવા તમે કઈ શાળામાં ભણ્યા છો, કારણ કે આ બધી બાબતો તમારું ભવિષ્ય નક્કી કરે છે. જો કે સત્યથી આગળ કંઈ ન હોઈ શકે. સામાન્ય લોકો અને મહાન સ્ત્રી-પુરુષોને એ રીતે જોવામાં આવે છે કે તેઓ જીવનની મુશ્કેલીઓનો સામનો કેવી રીતે કરે છે : હેલેન કેલર, નેલ્સન મંડેલા, સ્ટીફન હૉકિંગ. મલાલા યુસુફઝાઈ અને મૉકી માર્ટિન.

કેટલીકવાર તમે ગમે તેટલા પ્રયત્નો કરો, તમે ગમે તેટલા સારા હોવ, છતાં પણ તમારે શુગર કૂકી બનવું પડે છે. આ માટે ફરિયાદ કરવાની કે નસીબને દોષ આપવાની જરૂર નથી. મક્કમ બનો, ભવિષ્ય તરફ જુઓ અને આગળ વધો!

પ્રકરણ 5

નિષ્ફળતાઓ તમને મજબૂત બનાવી શકે છે

જો તમે દુનિયા બદલવા માગતા હોવ તો...

સર્કસથી ડરશો નહીં...

કોરોનાડો ટાપુ પર મોજાં ઊછળતાં હતાં. અમે બીચ તરફ પાછા ફર્યા ત્યારે નાના સફેદ ફીણવાળાં મોજાં અમારા ચહેરા પર અથડાતાં હતાં. હંમેશની જેમ હું અને મારો સ્વિમિંગનો સાથી, સીલ ટ્રેનિંગ ક્લાસના બાકીના વિદ્યાર્થીઓની બરાબરી કરવા માટે સંઘર્ષ કરી રહ્યા હતા. સેફ્ટી બોટ પરના ઇન્સ્ટ્રક્ટર અમને ઝડપ વધારવા માટે બૂમો પાડી રહ્યા હતા, પરંતુ એવું લાગતું હતું કે અમે ઝડપથી તરવાના જેટલા પ્રયત્ન કરતા, તેટલા જ પાછળ રહી જતા.

તે દિવસે મારો સ્વિમિંગ સાથી એનસાઇન માર્ક થોમસ હતો. મારી જેમ માર્કે પણ તેનું કમિશન રિઝર્વ ઑફિસર્સ ટ્રેનિંગ કોર્પ્સ (ROTC) દ્વારા મેળવ્યું હતું. તે વર્જિનિયા મિલિટરી ઇન્સ્ટિટ્યૂટનો સ્નાતક હતો અને વર્ગમાં શ્રેષ્ઠ લાંબા-અંતરના દોડવીરોમાં એક હતો.

સીલ ટ્રેનિંગમાં તમારો સ્વિમિંગ સાથી એ વ્યક્તિ હોય છે જેની પર તમે એવો ભરોસો રાખો છો કે એ તમારી મદદ કરશે. તમે ઊંડા પાણીમાં ડાઇવ મારો ત્યારે પાણીની અંદર માત્ર સ્વિમિંગ સાથી જ તમારી સાથે શારીરિક રીતે જોડાયેલો હોય છે. તેની સાથે જ તમે લાંબા સમય સુધી તરો છો. તે તમને ભણવામાં મદદ કરે છે, પ્રોત્સાહન આપે છે અને સમગ્ર ટ્રેનિંગ દરમિયાન તે તમારો સૌથી અંગત સહયોગી બની જાય છે. સ્વિમિંગ સાથી

તરીકે તમારામાંથી કોઈ એક વ્યક્તિ, કોઈ કામમાં નિષ્ફળ જાય તો તેનું પરિણામ બંનેએ ભોગવવું પડે છે. આ ઇન્સ્ટ્રક્ટરની ટીમ વર્કના મહત્ત્વને વધુ મજબૂત બનાવવા માટેની રીત હતી.

જ્યારે અમે તરવાનું પૂરું કરીને બીચ પર પહોંચ્યા, ત્યારે એક સીલ ઇન્સ્ટ્રક્ટર અમારી રાહ જોતા હતા.

"ડ્રોપ ડાઉન!" ઇન્સ્ટ્રક્ટરે જોરથી બૂમ પાડી. આ કમાન્ડનો અર્થ પુશ-અપની પોઝિશનમાં આવવું એવો હતો: પીઠ ટટ્ટાર, હાથ સંપૂર્ણપણે ફેલાયેલા અને માથું ઉપર.

"તમે બંને પોતાને ઑફિસર કહો છો?" આ પ્રશ્નનો જવાબ આપવાનો કોઈ અર્થ નહોતો. અમે બંને જાણતા હતા કે તે બોલ્યા જ કરશે.

"સીલ ટીમના અધિકારીઓ નેતૃત્વ કરે છે. તે સ્વિમિંગમાં સૌથી છેલ્લે નથી રહેતા. તે તેમના વર્ગને શરમમાં નથી મૂકતા."

ઇન્સ્ટ્રક્ટર અમારી ચોતરફ ફરતા રહ્યા, ફરતાં ફરતાં અમારા ચહેરા પર રેતી ઉડાડતા હતા.

"મને નથી લાગતું કે તમારા જેવા જેન્ટલમૅનથી આ થઈ શકશે. મને નથી લાગતું કે સીલ ઑફિસર બનવા માટે જરૂરી વસ્તુ તમારી પાસે છે."

તેણે પાછળના ખિસ્સામાંથી એક નાની કાળી નોટબૂક કાઢી અને અણગમાથી અમારી તરફ જોઈને એ પુસ્તકમાં કંઈક લખ્યું. "તમે બંનેએ હમણાં જ સર્કસનું લિસ્ટ બનાવ્યું છે." તેણે માથું હલાવ્યું, "જો તમે હવે બીજા અઠવાડિયે બચી ગયા, તો તમે નસીબદાર હશો."

સર્કસ. મને અને માર્કને આ જરાય નહોતું ગમતું. ટ્રેનિંગના અંતે દરરોજ બપોરે સર્કસ યોજવામાં આવતી. આ સર્કસમાં બીજા બે કલાકના વધારાના કેલિસ્થેનિક્સ વ્યાયામ કરવા પડતા, જેમાં વરિષ્ઠ સીલ યોદ્ધાઓ અટક્યા વિના સતત હેરાન કરતા,

કારણ કે તેઓ ઇચ્છતા હતા કે માત્ર મજબૂત લોકો જ સીલ ટ્રેનિંગમાં ટકી રહે. જો તમે એ દિવસે - કેલિસ્થેનિક્સ વ્યાયામ, અવરોધ કોર્સ, સમયસર પૂરી કરવાની દોડ અથવા સ્વિમિંગમાં નિષ્ફળ ગયા તો તમારું નામ યાદીમાં આવી જતું. ઇન્સ્ટ્રક્ટરની નજરમાં તમે નકામા છો.

વિદ્યાર્થીઓને સર્કસની આટલી બીક લાગવાનું કારણ માત્ર તેનાથી થતી વધારાની તકલીફ નહોતી. પરંતુ બીકનું કારણ એ હતું કે તે જાણતા હતા કે વધારાના વર્કઆઉટથી તે ખૂબ થાકી જશે અને એટલા થાકી જશે કે બીજા દિવસે ફરીથી માપદંડોને પૂર્ણ કરવામાં નિષ્ફળ જશે. એક પછી એક સર્કસ ચાલ્યા કરશે. આ મોતનું ચક્ર, નિષ્ફળતાનું એવું ચક્ર હતું જેના લીધે ઘણા વિદ્યાર્થીઓએ ટ્રેનિંગ છોડી દીધી હતી.

જેમ જેમ બાકીના વિદ્યાર્થીઓએ તેમનાં દિવસનાં કામો પૂર્ણ કર્યાં, માર્ક અને હું, બીજા કેટલાક વિદ્યાર્થીઓ સાથે કેલિસ્થેનિક્સના બીજા એક લાંબા સત્ર માટે એસ્ફાલ્ટ ગ્રાઇન્ડર પર પહોંચી ગયા.

અમે સ્વિમિંગમાં સૌથી છેલ્લે રહ્યા હતા, એટલે તે દિવસે ઇન્સ્ટ્રક્ટરોએ અમારા માટે જ સર્કસ તૈયાર કરી હતી. ફ્લટર કિક્સ. જેમાં એકસાથે ઘણીબધી ફ્લટર કિક મારવાની રહેતી. ફ્લટર કિક્સ તમારા પેટ અને જાંઘોને મજબૂત કરવા માટે ડિઝાઇન કરવામાં આવી હતી, જેથી તમે લાંબા ખુલ્લા સમુદ્રમાં તરીને પોતાનો રસ્તો શોધી શકો. જો કે તે અમને થકવી દેવા માટે પણ બનાવાઈ હતી.

ફ્લટર કિક એક્સરસાઇઝમાં તમારે પીઠના સહારે સૂવાનું હોય છે, પગને સીધા તમારી સામે લંબાવવાના હોય છે અને હાથને માથાની પાછળ રાખવાના હોય છે. ત્યારબાદ જેવું ઇન્સ્ટ્રક્ટર ગણતરી શરૂ કરે એટલે તમારે પગને કિક મારવાની સ્ટાઇલમાં ઉપર અને નીચે કરવા પડે છે. કસરત કરતી વખતે ઘૂંટણ

વાળવાની જરાય છૂટ નહોતી મળતી. ઘૂંટણ વાળવાને મરજીવાઓમાં નબળાઈ ગણવામાં આવે છે.

સર્કસ સજા કરવા માટે જ હતી. સેંકડો ફ્લટર કિક્સની સાથે સાથે પુશ-અપ્સ, પુલ-અપ્સ, સિટ-અપ્સ અને આઠ-કાઉન્ટ બોડી બિલ્ડર્સ. સાંજ પડે ત્યાં સુધીમાં તો અમારી હાલત એવી થઈ જતી કે અમે માંડ માંડ ચાલી શકતા. નિષ્ફળતાની કિંમત ચૂકવવી પડતી.

બીજા દિવસે વધુ કેલિસ્થેનિક્સ, વધુ એક દોડ, બીજો અવરોધ કોર્સ, ફરી સ્વિમિંગ અને કમનસીબે બીજું સર્કસ આવ્યું. વધુ સિટ-અપ્સ, વધુ પુશ-અપ્સ અને ઘણીબધી ફ્લટર કિક્સ. જો કે આવા સર્કસ ચાલતા હતા ત્યારે એક મજેદાર વાત બની. એનાથી અમારું સ્વિમિંગ ખાસ્સું સુધરી ગયું અને માર્ક અને હું સમૂહમાં ઉપર જવા લાગ્યા.

સર્કસ, જેની શરૂઆત નિષ્ફળતાની સજા તરીકે થઈ હતી, તે હવે અમને વધારે મજબૂત, ઝડપી અને આત્મવિશ્વાસુ બનાવી રહ્યું હતું. નિષ્ફળતાની સજા તરીકે શરૂ થયેલુ સર્કસ, અમને પાણીમાં વધુ મજબૂત, ઝડપી અને આત્મવિશ્વાસુ બનાવી રહ્યું હતું. એક તરફ ક્યારેક ક્યારેક મળતી નિષ્ફળતા અને તેનાથી મળતી પીડાને લીધે ઘણા વિદ્યાર્થીઓ હિંમત હારી ગયા હતા. તો બીજી તરફ માર્ક અને હું સર્કસથી હાર ના માનવાના નિર્ણયને વળગી રહ્યા હતા.

ટ્રેનિંગ સમાપ્ત થવાને આરે હતી, ત્યારે સેન ક્લેમેન્ટ ટાપુના સમુદ્રકિનારે એક ફાઇનલ ઓપન સ્વિમ રાખવામાં આવી. સીલ ટ્રેનિંગમાં સ્નાતક થવા માટે કિનારાથી પાંચ માઈલ દૂર સુધીનું સ્વિમિંગ ચોક્કસ સમયમાં પૂર્ણ કરવું અનિવાર્ય હતું.

અમે થાંભલા પરથી કૂદીને સમુદ્રમાં પડ્યા ત્યારે પાણી સખત ઠંડું હતું. પંદર સ્વિમિંગ જોડીઓ પાણીમાં પ્રવેશી અને નાની ખાડીમાં થઈને દ્વીપકલ્પની આસપાસ અને સમુદ્રી ઘાસની પરતો પરથી લાંબી મુસાફરીની શરૂઆત કરી. લગભગ બે કલાક પછી,

તરનારી જોડીઓ એટલી બધી ફેલાઈ ગઈ હતી કે હવે તમે સમૂહમાં ક્યાં છો તે કહેવાનું અઘરું હતું. ચાર કલાક તરીને, સુન્ન, થાકેલા અને લગભગ હાયપોથર્મિયાની સ્થિતિમાં હું અને માર્ક થોમસ સમુદ્રકિનારે પહોંચ્યા. ત્યાં લહેરોના કિનારે ઊભેલા ઇન્સ્ટ્રક્ટર અમારી જ રાહ જોઈ રહ્યા હતા.

"ડ્રોપ ડાઉન," તેમણે બૂમ પાડી.

મારા હાથ અને પગ એટલા સુન્ન પડી ગયા હતા કે મને મારી આંગળીઓ અને અંગૂઠા નીચે રેતીનો અનુભવ જ નહોતો થતો. માથાને તાણેલી સ્થિતિમાં, મને માત્ર માર્ક અને મારી આસપાસ ફરતાં ઇન્સ્ટ્રક્ટરના બૂટ જ દેખાતા હતા.

"તમે બંને અધિકારીઓએ ફરી એક વાર તમારા વર્ગનું નાક કાપ્યું છે." મને બૂટનો બીજો સેટ દેખાયો અને પછી બીજો. હવે ઘણા ઇન્સ્ટ્રક્ટર અમને ઘેરીને ઊભા હતા. "તમે તમારા બધા સાથી ખેલાડીઓને ખરાબ દેખાડ્યા છે." તેણે અટકીને કહ્યું, "તમારી જાતને સંભાળો, જેન્ટલમૅન!"

જ્યારે મેં અને માર્કે જાતે ઊભા થઈને, ચારેતરફ જોયું ત્યારે અમને ખબર પડી કે અમારી જોડીએ સૌથી પહેલાં સ્વિમિંગ પૂરું કર્યું હતું.

"તમે ખરેખર એમને શરમમાં મૂક્યા છે." ઇન્સ્ટ્રક્ટરે હસીને કહ્યું, "ત્યાં હજી બીજી કોઈ જોડી દેખાતી પણ નથી."

એ જોવા માટે માર્ક અને હું સમુદ્ર તરફ ફર્યાં, ત્યારે ખરેખર ત્યાં કોઈ દેખાતું નહોતું.

"શાબાશ, જેન્ટલમૅન. એવું લાગે છે કે પેલી બધી વધારાની પીડા અને તકલીફોની વસૂલી થઈ ગઈ છે." ઇન્સ્ટ્રક્ટર અટક્યા અને પછી અમારી સાથે હાથ મિલાવતાં કહ્યું. "જ્યારે તમે ટીમમાં જોડાશો ત્યારે તમારી સાથે કામ કરવું મારા માટે ગૌરવની વાત હશે."

અમે કરી બતાવ્યું હતું. આટલું લાંબું સ્વિમિંગ અમારી ટ્રેનિંગનો છેલ્લો અઘરો કાર્યક્રમ હતો. થોડા દિવસો પછી માર્ક અને હું સ્નાતક થયા.

માર્કે સીલ ટીમમાં વિશિષ્ટ કારકિર્દી બનાવી અને આજે પણ અમે બંને બહુ સારા મિત્રો છીએ.

જીવનમાં તમારે અનેક સર્કસનો સામનો કરવો પડશે. તમે તમારી નિષ્ફળતાઓની કિંમત ચૂકવવી પડશે. પરંતુ જો તમે મક્કમ રહેશો, જો તમે એ નિષ્ફળતાઓમાંથી શીખીને મજબૂત બનશો તો તમે જીવનના સૌથી અઘરા સમયનો સામનો કરવા માટે સજ્જ બની જશો.

વર્ષ 1983નો જુલાઈ મહિનો આવી જ મુશ્કેલ ક્ષણોમાંનો એક હતો. હું જ્યારે કમાન્ડિંગ ઑફિસર સામો ઊભો હતો ત્યારે મને લાગતું હતું કે નેવી સીલ તરીકેની મારી કારકિર્દી પૂરી થઈ ગઈ છે. મને તાજેતરમાં જ મારા સીલ સ્ક્વોડ્રનમાંથી મુક્ત કરવામાં આવ્યો હતો, મારા સ્ક્વોડ્રનને સંગઠિત, પ્રશિક્ષિત અને મિશન ચલાવવાની રીત બદલવાના પ્રયાસ કરવા બદલ મને બરતરફ કરવામાં આવ્યો હતો. સંસ્થામાં કેટલાક અધિકારીઓ અને ભરતી થયેલા માણસો હતા, કેટલાક સારા વ્યાવસાયિક યોદ્ધાઓ પણ હતા, જેમની આસપાસ હું ક્યારેક રહેતો હતો. જો કે, ત્યાંની મોટાભાગની સંસ્કૃતિ હજી પણ વિયેતનામ યુગ મુજબની હતી અને મને લાગ્યું કે તે પરિવર્તનનો સમય છે. જો કે મને પછી જ ખબર પડી કે પરિવર્તન ક્યારેય સરળ નથી હોતું, ખાસ કરીને ચાર્જમાં રહેલા વ્યક્તિ માટે.

મને બરતરફ કરવામાં આવ્યો હોવા છતાં, સદ્નસીબે, મારા કમાન્ડિંગ ઑફિસરે મને બીજી સીલ ટીમમાં ટ્રાન્સફર કરવાની

મંજૂરી આપી દીધી. આમ તો સીલ અધિકારી તરીકેની મારી પ્રતિષ્ઠાને ભારે નુકસાન પહોંચ્યું હતું. હું જ્યાં પણ જતો ત્યાંના અન્ય અધિકારીઓ અને ભરતી થયેલા લોકો જાણતા હતા કે હું નિષ્ફળ ગયેલો છું અને ત્યાં દરરોજ ગુસપુસ અને આડકતરા ઇશારા કરવામાં આવતા કે કદાચ હું સીલ તરીકે કામ કરવાને લાયક નથી.

એ સમયે મારી પાસે કારકિર્દીના બે વિકલ્પો હતા : આ બધું છોડી દઉં અને નાગરિક જીવન તરફ આગળ વધું, જે મારા તત્કાલીન ઑફિસર ફિટનેસ રિપોર્ટને જોતાં એક તર્કસંગત વિકલ્પ હતો અથવા તો તોફાનનો સામનો કરું અને સાબિત કરું કે હું એક સારો સીલ ઑફિસર છું. મેં બીજો વિકલ્પ પસંદ કર્યો.

બરતરફ થયા પછી તરત જ, મને બીજી તક આપવામાં આવી. મને સીલ પલટનના ઇનચાર્જ ઑફિસર તરીકે વિદેશમાં કામ કરવાની તક મળી. વિદેશમાં પોસ્ટિંગ દરમિયાન મોટાભાગનો સમય અમે દૂર-દૂરના સ્થળે, અગલ-અલગ અને પોતાના દમ પર રહ્યા, જેમાં મને એ સાબિત કરવાની તક મળી કે હું હજુ પણ નેતૃત્વ કરી શકું છું. જ્યારે તમે બાર સીલો સાથે નજીકના ક્વાર્ટરમાં રહેતા હોવ ત્યારે તમારી પાસે સંતાવાની કોઈ જગ્યા નથી હોતી. જો તમે સવારના વર્કઆઉટમાં 100 ટકા આપતા હોવ તો લોકોને ખબર પડી જ જાય છે. જો તમે વિમાનમાંથી કૂદવા માટે લાઇનમાં પહેલા રહો અને ચાઉ લેવા માટે લાઇનમાં છેલ્લા હોવ તો લોકોને દેખાઈ જ જાય છે. તે લોકો તમને તમારા હથિયાર સાફ કરતા, તમારો રેડિયો તપાસતા, ગુપ્ત માહિતી વાંચતા અને તમારા મિશન બ્રિફ્સ તૈયાર કરતા જુએ છે. તેમને ખબર હોય છે કે તમે આવતીકાલની ટ્રેનિંગ માટે આખી રાત તૈયારીઓ કરો છો.

વિદેશમાં પોસ્ટિંગના એક પછી એક, એમ કેટલાય મહિનાઓ સુધી મેં મારી પાછલી નિષ્ફળતાનો ઉપયોગ સખત મહેનત કરવા,

વધારે પ્રયત્નો કરવા અને પલટનમાં દરેક પાસેથી ઉત્તમ પ્રદર્શનની પ્રેરણા તરીકે કર્યો હતો. હું ક્યારેક સર્વશ્રેષ્ઠ બનવાથી ચૂકી જતો, પરંતુ મેં મારું સર્વશ્રેષ્ઠ આપવામાં ક્યારેય કચાશ નહોતી રાખી.

વીતતા સમય સાથે, મેં મારા માણસો વચ્ચે મારું સમ્માન પાછું મેળવ્યું. ઘણાં વર્ષો પછી મને મારી પોતાની સીલ ટીમને કમાન્ડ કરવા માટે પસંદ કરવામાં આવ્યો. આખરે મેં વેસ્ટ કોસ્ટ પરના તમામ સીલની કમાન પણ સંભાળી.

વર્ષ 2003 સુધીમાં, મેં મારી જાતને ઇરાક અને અફઘાનિસ્તાનના યુદ્ધમાં જોયો. જ્યારે હું યુદ્ધ ક્ષેત્રમાં વન સ્ટાર એડમિરલ તરીકે સૈનિકોનું નેતૃત્વ કરતો હતો, ત્યારે મેં લીધેલા દરેક નિર્ણયને તેનાં પરિણામો હતાં. એ પછીનાં કેટલાંય વર્ષોમાં, મે ઘણીવાર ઠોકરો ખાધી. પરંતુ દરેક નિષ્ફળતાને બદલે, દરેક ભૂલને બદલે, મને સેંકડો સફળતાઓ પણ મળી : બંધકોને બચાવ્યા, આત્મઘાતી હુમલાખોરોને રોક્યા, ચાંચિયાઓને પકડ્યા, આતંકવાદીઓને માર્યા અને અસંખ્ય લોકોના જીવ બચાવ્યા.

મને સમજાયું કે ભૂતકાળની નિષ્ફળતાઓએ મને મજબૂત બનાવ્યો છે, મને શીખવાડ્યું કે કોઈ પણ વ્યક્તિ ભૂલોથી નથી બચી શકતી. સાચા લીડરે તેની નિષ્ફળતાઓમાંથી શીખવું જોઈએ. આ બોધપાઠનો ઉપયોગ પોતાને પ્રોત્સાહિત કરવા માટે કરવો જોઈએ અને ફરીથી પ્રયત્ન કરવામાં અથવા આગામી મુશ્કેલ નિર્ણય લેવામાં ક્યારેય ડરવું ના જોઈએ.

તમે સર્કસને ટાળી શકતા નથી. ક્યારેક ને ક્યારેક આપણે બધા યાદીમાં સ્થાન પામીએ છીએ. સર્કસથી ડરશો નહીં.

પ્રકરણ 6

તમારે વધારે હિંમત બતાવવી જોઈએ

જો તમે દુનિયા બદલવા માગતા હોવ તો...

અવરોધોનો સામનો સામી છાતીએ કરો

ત્રીસ ફૂટ ઊંચા ટાવરના કિનારે ઊભા રહીને, મેં નાયલોનના જાડા દોરડાને પકડ્યું. દોરડાનો એક છેડો ટાવર સાથે બંધાયેલો હતો. જ્યારે બીજો છેડો જમીન પર સો ફૂટ દૂર એક થાંભલા સાથે બાંધેલો હતો. હું સીલના અવરોધ કોર્સમાં અડધા રસ્તે હતો અને મારી ઝડપ રેકોર્ડ ગતિએ હતી. મારા પગને લાઇનની ટોચ પર ઝુલાવીને અને પ્રિય જીવન સાચવતાં સાચવતાં, હું ટાવરથી નીચે ઊતરવા લાગ્યો. મારું શરીર દોરડાની નીચે લટકી ગયું અને હું ઇયળની જેમ ધીમે ધીમે, એક-એક ડગલું આગળ વધીને બીજા છેડા સુધી પહોંચ્યો.

જેવો હું છેડા પર પહોંચ્યો, મેં લાઇન પરની મારી પકડ છોડી દીધી અને નરમ રેતીમાં પડ્યો અને એ પછીના અવરોધ તરફ દોડ્યો. મારા વર્ગના અન્ય વિદ્યાર્થીઓ ચીસો પાડીને મને પ્રોત્સાહન આપી રહ્યા હતા, પરંતુ મને દર મિનિટે સીલ ઇન્સ્ટ્રક્ટરની બૂમ સંભળાતી હતી. મેં સ્લાઇડ ફૉર લાઇફ પર ખાસ્સો સમય બગાડ્યો હતો. લાંબા દોરડા પર ચાલવાની મારી “પૉસમ સ્ટાઇલ” ટેક્નિક ખૂબ જ ધીમી હતી, પરંતુ કોઈ પણ રીતે હું મારી જાતને દોરડાની ટોચ પરથી નીચે ના લાવી શક્યો. ‘કમાન્ડો સ્ટાઇલ’ નામની ટેક્નિકનો ઉપયોગ કરીને, માથું નીચેની તરફ રહે તે રીતે લટકીને ખૂબ ઝડપથી જમીન પર આવી શકાય તેમ હતું, પરંતુ આ રીત ઘણી જોખમી હતી. નીચે

લટકવાની સરખામણીએ તમે દોરડાની ટોચ પર વધારે અસ્થિર હોવ છો અને જો તમે નીચે પડીને ઘાયલ થયા તો કદાચ તમને ક્લાસમાથી કાઢી મૂકવામાં આવે.

મેં ખૂબ જ નિરાશાજનક સમયમાં ફિનિશ લાઇન પાર કરી. હું જ્યારે બેવડ વળીને મારા શ્વાસને રોકવાના પ્રયત્નો કરતો હતો, ત્યારે મેં જોયું કે એકદમ વ્યવસ્થિત પૉલિશ કરેલા બૂટ અને લીલા યુનિફૉર્મમાં સજ્જ વિયેતનામ યુદ્ધનો સફેદ વાળવાળો એક વરિષ્ઠ સૈનિક મારી પર ઝૂકીને ઊભો હતો. "તમે ક્યારે શીખવાના છો, મિસ્ટર મેક?" તે તિરસ્કૃત રીતે આવું કહેવાનું ના ચૂક્યો. "જ્યાં સુધી તમે જોખમ લેવાની હિંમત નહીં કરો ત્યાં સુધી દર વખતે અવરોધ કોર્સમાં હારી જ જશો."

એક અઠવાડિયા પછી હું મારા ડરને બાજુએ મૂકીને, દોરડાની ટોચ પર ચઢી ગયો અને ઊંધા માથે સ્લાઇડ ફૉર લાઇફ તરફ વધ્યો. મેં મારું સર્વશ્રેષ્ઠ પ્રદર્શન કરીને ફિનિશ લાઇનને પાર કરી, ત્યારે મેં જોયું કે વરિષ્ઠ વિયેતનામી સીલ યોદ્ધાએ સ્વીકૃતિ આપી દીધી છે. પોતાની ચિંતાઓ પર કાબૂ મેળવવા અને કામ પૂર્ણ કરવા માટે પોતાની ક્ષમતાઓ પર વિશ્વાસ રાખવાનો આ સરળ બોધપાઠ હતો. આવનારાં વર્ષોમાં આ બોધપાઠ મને કામમાં આવવાનો હતો.

તે વર્ષ 2004માં ઇરાકની વાત હતી. રેડિયોની બીજી તરફથી આવતો અવાજ શાંત હતો, પણ એમાં જરાય શંકા નહોતી કે અવાજમાં તાકીદનો ભાવ હતો. અમે જે ત્રણ બંધકોને શોધતા હતા એમની જગ્યાની ખબર પડી ગઈ હતી. અલકાયદાના આતંકવાદીઓએ તેમને બગદાદની બહારના ભાગમાં દીવાલોથી ઘેરાયેલા એક કમ્પાઉન્ડમાં બંધક બનાવ્યા હતા. કમનસીબે

ઇન્ટેલિજન્સે સંકેત આપ્યા હતા કે આતંકવાદીઓ હવે તેમને બીજે ક્યાંક લઈ જવાના હતા એટલે અમારે ખૂબ ઝડપથી કામગીરી શરૂ કરવી પડશે.

બચાવ મિશનના ઇન્ચાર્જ સેનાના લેફ્ટનન્ટ કર્નલે મને કહ્યું કે, અમારે દિવસના અજવાળામાં જ ખતરનાક છાપેમારી કરવી પડશે. સૌથી ખરાબ વાત તો એ હતી કે સફળ થવા મો હુમલો કરનારા દળને ત્રણ બ્લેક હૉક હેલિકૉપ્ટર દ્વારા સીધા કમ્પાઉન્ડમાં ઉતારવા પડે તેમ હતું. અમે બીજાં કેટલાંક વ્યૂહાત્મક પગલાં પર ચર્ચા કરી, પરંતુ નિર્વિવાદપણે કર્નલની જ વાત સાચી હતી. મોટાભાગે બચાવ મિશન રાત્રે જ કરવામાં આવે છે, કારણ કે ત્યારે તમે સામેનાને ચોંકાવી શકો છો. પરંતુ અહીંયાં તો સમય બહુ ઓછો હતો અને તરત કાર્યવાહી ના કરીએ તો તેમને બીજે ક્યાંક લઈ જાય તેમ હતું અને કદાચ એમને મારી નાખે તેવી પણ શક્યતા હતી.

મેં મિશનને મંજૂરી આપી દીધી અને થોડી જ મિનિટોમાં બચાવદળ, ત્રણ બ્લેક હૉક હેલિકૉપ્ટરમાં સવાર થઈને કમ્પાઉન્ડ તરફ ચાલી નીકળ્યા. બ્લેક હૉક હેલિકૉપ્ટરની ઉપર એક બીજું હેલિકૉપ્ટર મારા હેડ ઑફિસને વીડિયો સર્વિલન્સ મોકલાવી રહ્યું હતું. હું ચૂપચાપ જોઈ રહ્યો હતો કે આ ત્રણ હેલિકૉપ્ટર કેવી રીતે પોતાની જાતને છુપાવીને રણમાં જમીનથી થોડે જ ફૂટ ઉપર ઊડતા હતા.

ખુલ્લા કમ્પાઉન્ડમાં મને ઓટોમેટિક હથિયારથી સજ્જ એક માણસ દેખાયો જે બિલ્ડિંગમાં અંદર-બહાર આવ-જા કરતો હતો અને એને જોઈને લાગતું હતું કે એ ત્યાંથી ક્યાંક બીજે જવાની તૈયારીમાં જ છે. હેલિકૉપ્ટર પાંચ મિનિટમાં ત્યાં પહોંચવાનાં હતાં અને બચાવદળની અંતિમ તૈયારીઓ થઈ ગઈ હતી. આ બધાની

વચ્ચે હું હેડ ઑફિસને મળી રહેલા આંતરિક સંદેશાવ્યવહારને સાંભળી રહ્યો હતો.

મારી દેખરેખ હેઠળ બંધકોને બચાવવાનું આ પહેલું કે છેલ્લું મિશન નહોતું. પરંતુ કમ્પાઉન્ડની અંદર હેલિકૉપ્ટર ઉતારીને દુશ્મનને આશ્ચર્યમાં નાખવાની દૃષ્ટિએ આ અભિયાન ચોક્કસપણે સૌથી સાહસિક હતું. આર્મી એવિએશન યુનિટના પાઇલટ દુનિયામાં સર્વશ્રેષ્ઠ હતા, પરંતુ આ મિશન ઘણું જોખમી હતું. સાઇઠ ફૂટથી વધારે લાંબી બ્લેડવાળાં ત્રણ હેલિકૉપ્ટર જે જમીન પર ઊતરવાના હતા તે જગ્યા હવે થોડાક ઇંચ જ દૂર હતી. કમ્પાઉન્ડની ચારે તરફ બનેલી ઇંટોની 8 ફૂટ ઊંચી દીવાલોના લીધે પાઇલટની મુશ્કેલી વધી રહી હતી, જેના લીધે તે પોતાના પહોંચવાના ઍંગલમાં નાટકીય રીતે ફેરફાર કરવા માટે વિવશ થઈ રહ્યા હતા. આ લેન્ડિંગ ખરેખર અઘરું થઈ રહ્યું હતું અને કામગીરી કરવા માટે સજ્જ થઈ રહેલા બચાવદળના સંદેશાઓને હું રેડિયો પર સાંભળી શકતો હતો.

હું ઓવરહેડ સર્વેલન્સથી હેલિકૉપ્ટરને ગંતવ્ય સુધી પહોંચતાં જોઈ શકતો હતો. પહેલા હેલિકૉપ્ટરે સપાટ અને સમતલ ઉડાન ભરી અને તે દીવાલની ઉપરથી ઊડીને નાનકડા કમ્પાઉન્ડમાં ઊતરી ગયું. તરત જ બચાવદળ બ્લેક હૉકમાંથી ઊતરીને બિલ્ડિંગમાં ઘૂસી ગયા. બીજું હેલિકૉપ્ટર પહેલાં કરતાં થોડા જ ફીટ પાછળ ચાલી રહ્યું હતું અને તે પણ એની પાછળ જ થોડા ફૂટના અંતરે ઊતરી ગયું. હેલિકૉપ્ટર ઊતરવાના લીધે ઊડેલી ધૂળની ડમરીઓએ લેન્ડિંગ એરિયાને ઘેરી લીધો હતો. તેથી જ જ્યારે ત્રીજું હેલિકૉપ્ટર કમ્પાઉન્ડમાં પહોંચ્યું ત્યારે ધૂળની ડમરીઓએ પાઇલટને એક રીતે આંધળો જ કરી નાંખ્યો હતો. ત્રીજા હેલિકૉપ્ટરનો આગળનો ભાગ માંડ માંડ દીવાલને અથડાતાં બચ્યો, પરંતુ પાછળનું પૈડું 8 ફૂટ ઊંચા બેરિકેટને

અથડાઈ જ ગયું અને ચારે બાજુ ઈંટો ફેલાવા લાગી. બચવા માટે કોઈ જગ્યા ના દેખાતાં પાઇલટે હેલિકૉપ્ટરને ધમથી નીચે જ ઉતારી દીધું, પરંતુ અંદર કોઈને કોઈ નુકસાન થયું નહોતું.

થોડી જ મિનિટો પછી મને સંદેશ મળ્યો કે બંધકો સુરક્ષિત છે. ત્રીસ જ મિનિટમાં બચાવદળ અને મુક્ત કરાયેલા લોકો સુરક્ષિત પાછા આવી રહ્યા હતા. બાજી જીતી ચૂક્યા હતા.

આગળના દાયકાઓમાં મને એ વાતનો ખ્યાલ આવી ગયો કે જોખમ લેવું એ અમારા વિશેષ અભિયાન દળોની ખાસિયત છે. તેઓ સફળ થવા માટે પોતાની અને પોતાની મશીનરીની ક્ષમતાને વધારતા રહે છે. તેમની આ જ વાત તેમને બીજાઓ કરતા અલગ બનાવે છે. જોકે બહારના લોકો ઘટનાને જે રીતે જોતા હોય એનાથી વિપરીત આ લોકો હંમેશાં જોખમનો હિસાબ કરતા હતા, એના પર સરખો વિચાર કરીને પછી સારી રીતે યોજના ઘડવામાં આવતી હતી. એટલે સુધી કે જો આ તાત્કાલિક કરવાનું હોય તો પણ ઑપરેટરોને તેમની ક્ષમતાની ખબર રહેતી હતી, સાથે જ પોતાની જાત પર વિશ્વાસ પણ રહેતો કે તેઓ પ્રયત્ન કરી શકે છે.

મારી સંપૂર્ણ કારકિર્દી દરમિયાન, મારા મનમાં 'એસએએસ' નામથી પ્રખ્યાત બ્રિટિશની સ્પેશિયલ ઍર સર્વિસ માટે ખૂબ જ આદર હતો. SASનું સૂત્ર હતું "Who Dares Wins" એટલે કે હિંમત કરનાર જ જીતે છે. આ સૂત્ર એટલી વ્યાપક રીતે વખણાયું હતું કે બિન લાદેન પર છાપામારીના થોડા વખત પહેલાં, મારા કમાન્ડ સાર્જન્ટ મેજર ક્રીસ ફારિસે મિશનની તૈયારી કરી રહેલા સીલની સામે તેનો ઉલ્લેખ કર્યો હતો. મારા માટે આ આદર્શ સૂત્ર, બ્રિટિશ સ્પેશિયલ ફોર્સ યુનિટ તરીકે કેવી રીતે કામ કરે છે તેના કરતાં કંઈક વધારે હતું; તે સમજાવતું હતું કે આપણે આપણા જીવનને કેવી રીતે લેવું જોઈએ.

જીવન એક સંઘર્ષ છે અને નિષ્ફળતાની સંભાવનાઓ તો હંમેશાં હોય જ છે, પરંતુ જે લોકો નિષ્ફળતા, મુશ્કેલી અથવા શરમના ભયમાં જીવે છે તેઓ ક્યારેય પોતાની ક્ષમતાઓને પ્રાપ્ત કરી શકતા નથી. પોતાની મર્યાદાઓને વધાર્યા વિના, તક મળે ત્યારે ઊંધા માથે દોરડા પરથી નીચે ઊતર્યા વિના, સાહસનાં અનેક કામો કર્યા વિના, તમને ક્યારેય પણ એ ખબર નહીં પડે કે તમારા જીવનમાં ખરેખર શું શક્ય છે.

પ્રકરણ 7

ગુંડાઓનો સામનો મક્કમતાથી કરો

જો તમે દુનિયા બદલવા માગતા હોવ તો...

શાર્કથી ડરીને પાછળ ના ખસી જશો

અમે જ્યારે ચાર માઈલ સુધીનું નાઇટ સ્વિમિંગ શરૂ કર્યું ત્યારે અમને સેન ક્લીમેન્ટ ટાપુનું પાણી બહુ જ ચંચળ અને ઠંડું લાગ્યું. એનસાઇન માર્ક થોમસ મારા સાઇડ સ્ટ્રોક સાથે એક પછી એક મેચ કરી રહ્યા હતા. અમારી પાસે એક ઢીલા-ઢાલા સૂટ ટોપ, એક માસ્ક અને એક જોડી ફીન સિવાય કશું નહોતું. અમે નાના દ્વીપકલ્પની ચારેતરફથી દક્ષિણ તરફ વહેતા પ્રવાહથી વિપરીત પૂરી તાકાત લગાવીને તરી રહ્યા હતા. અમે ખુલ્લા સમુદ્રમાં અમારો રસ્તો બનાવી લીધો હતો અને જે નૌસૈનિક મથકેથી અમે તરવાનું શરૂ કર્યું હતું, તેનો પ્રકાશ હવે ઝાંખો થવા લાગ્યો હતો. એક કલાકમાં અમે સમુદ્રકિનારેથી લગભગ એક માઈલ દૂર પહોંચી ગયા હતા અને પાણીમાં બિલકુલ એકલા હોઈએ તેવું લાગતું હતું. અમારી આસપાસ જેટલા તરવૈયા હતા તે બધા અંધકારમાં ઢંકાઈ ગયા હતા.

હું માર્કની આંખોને તેના માસ્કમાં લાગેલા કાચમાંથી જોઈ શકતો હતો. તેના હાવભાવ મારા જેવા જ લાગતા હતા. અમે બંને જાણતા હતા કે સેન ક્લીમેન્ટનું પાણી શાર્કોથી ભરેલું હતું અને એ પણ જેવી તેવી શાર્ક નહીં, પરંતુ મહાકાય સફેદ શાર્ક, જે સમુદ્રમાં સૌથી મોટી, સૌથી આક્રમક અને માનવભક્ષી હોય છે. અમે તરવાનું શરૂ કર્યું તે પહેલા સીલ ઇન્સ્ટ્રક્ટરોએ અમને તે રાત્રે અમારી સામે આવી શકે તેવા સંભવિત જોખમોની

જાણકારી આપી દીધી હતી. જેમાં લેપર્ડ શાર્ક, હેમરહેડ શાર્ક, થ્રેશર શાર્કનો સમાવેશ થતો હતો, પરંતુ અમને સૌથી વધારે બીક વિશાળ સફેદ શાર્કની લાગતી હતી.

રાત્રિના સમયે સમુદ્રની વચ્ચે એકલા રહેવામાં થોડું અસ્વસ્થ લાગતું હતું, કારણ કે અમે જાણતા હતા કે સપાટીની નીચે એક પ્રાગ ઐતિહાસિક પ્રાણી અમારા બે ટુકડા કરવા માટે રાહ જોઈ રહ્યું છે. પરંતુ અમે બંને સીલ બનવા માટે એટલા તત્પર હતા કે એ રાત્રે પાણીમાં અમને કોઈ પણ રોકી શકે તેમ નહોતું.

જો અમારે શાર્ક સાથે લડવું પડે તો અમે બંને એ માટે પણ તૈયાર હતા. અમારું ધ્યેય, જેને અમે આદરણીય અને મહાન માનતા હતા તેણે અમને હિંમત આપી અને હિંમત એક અસાધારણ ગુણ છે. તમારા રસ્તામાં કંઈ પણ અને કોઈ પણ ટકી શકતું નથી. જો હિંમત ના હોય તો આગળ જતાં બીજા લોકો તમારો રસ્તો નક્કી કરશે. આના વિના તો તમે જીવનનાં પ્રલોભનોની દયા પર જ છો. હિંમત ના હોય તો અત્યાચારી અને નિરંકુશ લોકો જ રાજ કરશે. સાહસ વિના કોઈ પણ મહાન સમાજ વિકસી શકતો નથી. હિંમત ના હોય તો દુનિયાના દબંગ ગુંડાઓ તમારી સામે આવી જાય છે. હિંમતથી તમે કોઈ પણ ધ્યેય પ્રાપ્ત કરી શકો છો. આનાથી તમે દુષ્ટતાને અવગણી શકો છો અને એને હરાવી શકો છો.

ઇરાકના પૂર્વ રાષ્ટ્રપતિ, સદ્દામ હુસૈન માત્ર નારંગી જમ્પસૂટ પહેરીને સેનાના એક જૂના પલંગની ધાર પર બેઠા હતા. ચોવીસ કલાક પહેલાં અમેરિકન સેનાએ એમને પકડ્યા હતા અને હવે તે અમેરિકાના કેદી હતા.

ઇરાકની નવી સરકારના નેતાઓને રૂમમાં જવા દેવા માટે મેં રૂમનો દરવાજો ખોલ્યો ત્યારે સદ્દામ બેઠા રહ્યા. તેના ચહેરા પર એક હાસ્ય આવ્યું, પણ તેના વર્તનમાં પશ્ચાત્તાપ કે સમર્પણના કોઈ ભાવ દેખાતા નહોતા. તરત જ, ચાર ઇરાકી નેતાઓ સદ્દામ હુસૈન પર ગુસ્સે થવા લાગ્યા, પરંતુ વચ્ચે સલામત અંતર રાખીને જ. તિરસ્કારભરી નજરે, એક ઝેરી સ્મિત સાથે સદ્દામે એમની તરફ જોયું અને એમને બેસવાનો ઇશારો કર્યો. હજી પણ પૂર્વ તાનાશાહથી ડરતા, એ બધાએ એક-એક ફોલ્ડિંગ ચેર પકડી અને પોતપોતાની સીટ પર બેસી ગયા. એમનું આંગળી ચીંધીને ગુસ્સે થવાનું ચાલુ જ હતું, પરંતુ સદ્દામે બોલવાનું શરૂ કર્યું એટલે ધીમે ધીમે તેમનું બોલવાનું ઓછું થઈ ગયું.

સદ્દામ હુસૈનના નેતૃત્વવાળી બાથ પાર્ટી હજારો શિયા ઇરાકીઓ અને કેટલાય હજાર કુર્દોના મૃત્યુ માટે જવાબદાર હતી. સદ્દામે જાતે જ તેને અવિશ્વાસુ લાગતા હોય એવા ઘણા જનરલોને મોતને ઘાટ ઉતાર્યા હતા.

જોકે, હું આશ્વસ્ત હતો કે સદ્દામ હવે રૂમમાં હાજર લોકો માટે જોખમી નથી રહ્યો, પરંતુ ઇરાકી નેતાઓ એટલા નિશ્ચિંત નહોતા. તેમની આંખોમાં ભય સ્પષ્ટ દેખાતો હતો. બગદાદના કસાઈ કહેવાતા આ માણસે દાયકાઓ સુધી આખા દેશને આતંકિત કરી રાખ્યો હતો. તેની વિચારધારાએ સૌથી ખરાબ પ્રકારના અનુયાયીઓને આકર્ષ્યા હતા. તેના ખૂની ગુંડાઓએ નિર્દોષો પર નિર્દયતા કરી હતી અને હજારો લોકોને દેશ છોડીને ભાગવા માટે વિવશ કર્યા હતા. ઇરાકમાં કોઈએ આ અત્યાચારી શાસકને પડકારવાની હિંમત નહોતી કરી. મારા મનમાં એ વાતને લઈને જરાય શંકા નહોતી કે આ નવા નેતાઓ હજી પણ એ વાતથી ડરતા હતા કે સદ્દામ જેલના સળિયાઓ પાછળ રહીને પણ ખબર નહીં શું કરી નાખશે.

જો આ મુલાકાતનો હેતુ સદ્દામને એ બતાવવાનો હતો કે હવે તે સત્તામાં નથી - તો હેતુ નિષ્ફળ ગયો હતો. આટલી ટૂંકી મુલાકાતમાં સદ્દામ નવા નેતૃત્વને ડરાવવામાં સફળ રહ્યા હતા. તે પહેલાં કરતાં વધારે આત્મવિશ્વાસુ લાગતા હતા.

ઇરાકી નેતાઓ જતા રહ્યા પછી મેં મારા સુરક્ષાગાર્ડને પૂર્વ રાષ્ટ્રપતિને એક નાનકડા રૂમમાં અલગ રાખવાની સૂચના આપી. કોઈને મળવા નહીં દેવાનો અને રૂમના ગાર્ડ્સને સદ્દામ સાથે વાત ના કરવાનો આદેશ આપવામાં આવ્યો હતો.

પછીના મહિનામાં, હું દરરોજ એ નાના રૂમમાં જતો હતો અને સદ્દામ રોજ મારું અભિવાદન કરવા માટે ઊભા થતા અને હું રોજ એક પણ શબ્દ બોલ્યા વિના એમને પલંગ પર પાછા જવાનો ઇશારો કરતો. મારો સંદેશ સ્પષ્ટ હતો. એ હવે ખાસ નહોતા રહ્યા. એ હવે તેમની આસપાસના લોકોને ડરાવી નહીં શકે. તે પોતાની પ્રજાને ભયભીત નહીં કરી શકે. હવે એમની પાસે ચમકતો મહેલ નહોતો, નોકર અને જનરલ નહોતા. તેમના શાસનની ઓળખ ગણાતા અહંકાર અને અત્યાચારનો નાશ થયો હતો. સાહસી યુવાન અમેરિકન સૈનિકો તેના અત્યાચાર સામે ઊભા હતા અને હવે તે કોઈના માટે જોખમી નહોતા રહ્યા.

ત્રીસ દિવસ પછી, મેં સદ્દામ હુસૈનને યોગ્ય લશ્કરી પોલીસ એકમમાં ટ્રાન્સફર કર્યા અને એક વર્ષ પછી ઇરાકીઓએ તેને રાષ્ટ્ર વિરુદ્ધ અપરાધ કરવા બદલ ફાંસી આપી દીધી.

બધા ગુંડાઓ એકસરખા જ હોય છે. પછી ભલે તે શાળાના મેદાનમાં હોય, કાર્યસ્થળે હોય કે પછી આતંક દ્વારા કોઈ દેશ પર શાસન કરતા હોય. તેઓ બિવડાવવાની અને ધમકાવવાની તાકાતથી ખીલે છે. ગુંડાઓ અને દબંગ લોકો ડરપોક અને નબળા મનના લોકો પાસેથી જ શક્તિ મેળવે છે. તેઓ શાર્ક જેવા હોય છે, જે પાણીમાં બીતી હોય છે. શાર્ક એ જોવા આંટા મારશે કે

શું તેનો શિકાર સંઘર્ષ કરી રહ્યો છે. એ તપાસ કરશે કે એનો શિકાર નબળો છે કે કેમ. આવામાં જો તમે તમારા માટે ઊભા થવાની હિંમત ના કરો તો એ હુમલો કરી દેશે. જીવનમાં પોતાના ધ્યેયને પ્રાપ્ત કરવા માટે, નાઇટ સ્વિમિંગની પૂરેપૂરી તૈયારી કરવા માટે, તમારે ખૂબ હિંમતવાળા પુરુષ અને સ્ત્રી બનવું પડશે. આ હિંમત આપણા બધાની અંદર હોય છે. ઊંડું ખોદો અને તમને એ પુષ્કળ પ્રમાણમાં મળશે.

પ્રકરણ 8

તક મળે ત્યારે તરત ઊભા થઈ જાવ

જો તમે દુનિયા બદલવા માગતા હોવ તો...

સૌથી ખરાબ સમયમાં સર્વશ્રેષ્ઠ બનો

હું જમીનના નાનકડા રેતાળ ટુકડા પર ઊભો હતો અને ખાડીને પેલેપાર 32મા સ્ટ્રીટ નેવલ બેઝ પર લાંગરેલાં યુદ્ધજહાજોની લાઇનને જોતો હતો. જહાજો અને અમારા સ્ટાર્ટિંગ પોઇન્ટની વચ્ચે સેન ડિએગો અખાતમાં એક નાનું જહાજ લાંગરેલું હતું, જે અમારું આજ સાંજનું લક્ષ્ય હતું. અમારા ટ્રેનિંગ ક્લાસે છેલ્લા ઘણા મહિનાઓ બેઝિક સ્કૂબા ડાઇવિંગ અને એડ્વાન્સ, બબલ લેસ, ઇમર્સન ક્લોઝ-સર્કિટ ડાઇવિંગ રીગમાં ડાઇવ મારતાં શીખવામાં વિતાવ્યા હતા. આજની રાત ડાઇવ તબક્કાની પરાકાષ્ઠા હતી, જે બેસિક સીલ ટ્રેનિંગનો ટેક્નિકલી સૌથી અઘરો ભાગ હતો.

અમારો ઉદ્દેશ્ય બે હજાર મીટર પાણીની અંદર સ્ટાર્ટિંગ પોઇન્ટથી લાંગરેલા જહાજ સુધી તરવાનો હતો. અમારે અમારી પ્રેક્ટિસ લિમ્પેટ માઇનને વહાણની નીચે કીલ પર મૂકવાની હતી અને પછી, કોઈ પણ સંકેત આપ્યા વગર બીચ પર પાછા ફરવાનું હતું. ઇમર્સન ડાઇવિંગ ઉપકરણને તિરસ્કારથી 'ડેથ રિંગ' પણ કહેવામાં આવે છે. જે ક્યારેક ક્યારેક થતી ખરાબી માટે પણ જાણીતી છે અને સીલમાં પ્રચલિત લોકકથાઓ મુજબ ઇમર્સનનો ઉપયોગ કરતી વખતે ઘણા વિદ્યાર્થીઓ મોતને ભેટ્યા હતા.

રાત્રે સેન ડિએગો ખાડીમાં દૃશ્ય એટલું ખરાબ હતું કે તમે પોતાના ચહેરા સામે મૂકેલો પોતાનો હાથ પણ ના જોઈ શકો. અમારી પાસે પાણીની નીચે હોકાયંત્ર પર અજવાળું કરવા માટે

એક નાનકડી રાસાયણિક લાઇટ હતી. ધુમ્મસે સ્થિતિ વધારે બગાડી હતી. ખાડી પર ધુમ્મસ છવાયેલું હોવાથી અમને લક્ષ્ય સુધીના પ્રારંભિક હોકાયંત્રને જોવામાં મુશ્કેલી થતી હતી. જો અમે લક્ષ્યને ચૂકી જઈએ તો અમારી જાતને શિપિંગ ચૅનલમાં જોઈએ, જે નૌકાદળના વિધ્વંસકને બંદર પર ખેંચતી વખતે ખૂબ જ ખરાબ જગ્યાએ હોય છે.

સીલ ઇન્સ્ટ્રક્ટર રાત્રે ડાઇવ મારવાની તૈયારી કરી રહેલા ડાઇવર્સની 25 જોડીઓની આગળ-પાછળ ફરી રહ્યા હતા. ઇન્સ્ટ્રક્ટર પણ અમારી જેટલા જ નર્વસ લાગતા હતા. તેઓ જાણતા હતા કે આ ટ્રેનિંગ પ્રોગ્રામમાં કોઈને ઈજા થવાની અથવા મૃત્યુ થવાની સંભાવના સૌથી વધારે હતી.

કાર્યક્રમના ઇન્ચાર્જ ચીફ પેટી ઑફિસરે બધા ડાઇવર્સને એક વર્તુળમાં બોલાવ્યા અને કહ્યું, “જેન્ટલમેન, આજે રાતે અમને ખબર પડશે કે તમારામાંથી કયા ખલાસી ખરેખર ડાઇવર્સ બનવા માંગે છે!” પોતાની વાતને અસરકારક બનાવવા માટે એ થોડું અટક્યા. “ત્યાં ઠંડી અને અંધારું છે. જહાજની નીચે અંધારું હશે, એટલું અંધારું હશે કે તમે દિશા ભટકી જાઓ. એટલું અંધારું હશે કે જો તમે તમારા સ્વિમિંગ સાથીથી છૂટા પડી ગયા, તો એ તમને શોધી નહીં શકે.”

હવે અમારી ચારે તરફ ધુમ્મસ ફેલાયેલું હતું અને અમે જમીનના જે ટુકડા પર ઊભા હતા ત્યાં પણ ધુમ્મસ હતું. “આજે રાતે તમારે તમારા સર્વશ્રેષ્ઠ બનવું પડશે, તમારે તમારા ડર, તમારી શંકા અને તમારા થાકથી ઉપર ઊઠવું જોઈએ. ગમે તેટલું અંધારું કેમ ના હોય તમારે મિશન પૂરું કરવાનું જ છે. આ જ ખાસિયત તમને બાકીના લોકો કરતાં અલગ કરે છે.” આ એ જ શબ્દો છે જે આગળના ત્રીસ વર્ષ સુધી કોઈ ને કોઈ રીતે મારી સાથે રહ્યા.

જ્યારે મેં અફઘાનિસ્તાનના બગરામ એર બેઝ પર ધુમ્મસ ઘેરાતું જોયું, ત્યારે મારી સામે બીજી એક અંધકારમય ક્ષણ આવી રહી હતી. ટાર્મેક પર એક વિશાળ C 17 ઍરક્રાફ્ટ પાર્ક કરવામાં આવ્યું હતું. તેનો રેમ્પ નીચે કરવામાં આવ્યો હતો, તે વીરગતિ પ્રાપ્ત યોદ્ધાઓના અવશેષોને લઈ જવા માટે ઊભું હતું.

આ રેમ્પ સેરેમની હતી. આ ઇરાક અને અફઘાનિસ્તાનના યુદ્ધોના સૌથી ગૌરવપૂર્ણ અને અત્યાર સુધી નિઃશંકપણે પ્રેરણાદાયી પાસાંઓમાં સામેલ હતી. આ અમેરિકાનું સૌથી શ્રેષ્ઠ રૂપ હતું. દરેક પુરુષ, દરેક સ્ત્રી, તેમની પૃષ્ઠભૂમિને ધ્યાનમાં લીધા વિના, તેમની અંતિમ ક્ષણો કેટલી પરાક્રમી હતી તે ધ્યાનમાં લીધા વિના, તેમની સાથે સંપૂર્ણ ગૌરવપૂર્ણ અને સન્માનભર્યો વ્યવહાર કરતા હતા. આ તેમના બલિદાનનું સન્માન કરવાની અમારા દેશની રીત હતી. આ અમારી છેલ્લી સલામી હતી, અમારા છેલ્લા ધન્યવાદ હતા અને એમને એમના ઘરે મોકલવાના સમયે કરવામાં આવતી પ્રાર્થના હતી.

સૈનિકોની બે સમાંતર રેખાઓ રેમ્પથી બહાર નીકળેલી હતી. એમણે પરેડ રેસ્ટ પર ઑનર ગાર્ડની રચના કરી હતી. વિમાનની જમણી તરફ નાનકડું થ્રી પીસ બેન્ડ, ધીમા અવાજે "અમેઝિંગ ગ્રેસ"ની ધૂન વગાડતું હતું.

મારા સહિત બીજા કેટલાક લોકો ડાબી બાજુ ભેગા થયા હતા અને બધી હેંગર રોમાં સેંકડો સૈનિકો, ખલાસીઓ, એરમૅન, મરીન, નાગરિકો અને અમારા સહયોગી ઊભા હતા, તે બધા અંતિમ દર્શન કરવા આવ્યાં હતાં.

અવશેષો લઈ જનારું હમવી (HUMVEE) વ્યૂહાત્મક વાહન સમયસર પહોંચ્યું. દિવંગત બહાદુરોના યુનિટના ૭ લોકોએ પેલબેરર તરીકે કામ કર્યું. ધ્વજમાં લપેટેલી શબપેટી(કાસ્કેટ)ને લઈને, તેમણે ધીમે ધીમે ગાર્ડ ઑફ ઑનર દ્વારા, રેમ્પ પર અને વિમાન તરફ માર્ચ કરી.

તેમણે શબપેટીને સાવધાનીથી કાર્ગો બેની વચ્ચે મૂકી. સાવધાનની સ્થિતિમાં આવીને સલામી આપી. શબપેટીના માથા પાસે પાદરીએ પોતાનું માથું નમાવ્યું અને આઇઝાયા 6:8નું વાચન કર્યું.

"અને મેં પણ યહોવાનું એ વચન સાંભળ્યું કે હું કોને મોકલીશ અને અમારા માટે કોણ જશે? અને મેં કહી દીધું, હું અહીંયાં છું. મને મોકલો."

"ટેપ્સ" વાગવાનું શરૂ થતાં જ સૈનિકોના ચહેરા પર અશ્રુધારા વહેવા લાગી. તેમણે પોતાના દુઃખને છુપાવવાના કોઈ પ્રયત્ન ના કર્યા.

શબપેટી ઉપાડનારા લોકો ગયા એટલે તરત જ બહાર લાઇનમાં ઊભેલા સૈનિકો, એક-એક કરીને આવ્યા અને સલામી આપી, શબપેટી પાસે ઘૂંટણિયે બેસીને અંતિમ વિદાય આપવા લાગ્યા.

એ દિવસે C17 સવારે મોડા રવાના થયું, રસ્તામાં ઈંધણ ભરીને ડોવર ઍરફોર્સ બેઝ પર પહોંચ્યું. ત્યાં દિવંગતના પરિવારની હાજરીમાં ફરી ગાર્ડ ઑફ ઑનર આપવામાં આવ્યું અને પછી તેઓ શબપેટીને ઘરે લઈ ગયા.

તમે જેને પ્રેમ કરતા હોવ, તેમને ગુમાવવા કરતાં ખરાબ ક્ષણ જીવનમાં બીજી કોઈ નથી હોતી. તેમ છતાં પરિવાર તરીકે, સેનાના યુનિટ તરીકે, શહેરો તરીકે અને રાષ્ટ્ર તરીકે, મેં વારંવાર જોયું છે કે એ દુઃખદ ક્ષણમાં અમે કેવી રીતે એક થઈને સૌથી મજબૂત બન્યા.

જ્યારે ઇરાકમાં સેનાના એક અનુભવી સ્પેશિયલ ઑપરેટરની હત્યા કરવામાં આવી, ત્યારે તેનો જોડિયો ભાઈ સજ્જ થઈ ગયો હતો, તે સૈનિકના મિત્રોને સાંત્વના આપતો હતો, પરિવારને સંભાળતો હતો અને એ ખાતરી કરતો હતો કે એના દિવંગત ભાઈને જરૂરિયાતના આ સમયે તેની શક્તિ પર ગર્વ થાય.

જ્યારે એક શહીદ રેન્જરને જોર્જિયાના સવાનામાં એના બેઝ પર પાછો લવાયો ત્યારે તેના આખા યુનિટે તેમનો શાનદાર યુનિફૉર્મ પહેરીને, ચર્ચથી રિવર સ્ટ્રીટ પરના રેન્જરના મનગમતા બાર સુધી માર્ચ કરી હતી. આખા રસ્તે સવાના નગરના લોકો બહાર નીકળીને ઊભા હતા. ફાયરફાઇટર, પોલીસ અધિકારી, રિટાયર્ડ સૈનિક, જીવનના દરેક ક્ષેત્રના નાગરિકો, અફઘાનિસ્તાનમાં વીરગતિ પ્રાપ્ત કરનાર આ સૈનિકને સલામી આપવા માટે હાજર હતા.

એક સીવી-22 એરક્રાફ્ટ અફઘાનિસ્તાનમાં ક્રેશ થયું હતું, જેમાં પાઇલટ અને ઘણા ક્રૂ મેન મૃત્યુ પામ્યા હતા. ત્યારે તે યુનિટના બધા ઍરમેને સાથે આવીને એમને શ્રદ્ધાંજલિ આપી હતી અને બીજા દિવસે પાછા જતા રહ્યા, કારણ કે તેઓ જાણતા હતા કે તેમના દિવંગત સાથીઓ ઇચ્છતા હતા કે તેઓ આકાશમાં તેમનું મિશન ચાલુ રાખે.

જ્યારે એક હેલિકૉપ્ટર દુર્ઘટનામાં પચ્ચીસ સ્પેશિયલ ઑપરેટરો અને છ નેશનલ ગાર્ડે જીવ ગુમાવ્યો ત્યારે આખા દેશે શોક વ્યક્ત કર્યો હતો. સાથે જ શહીદ થયેલા યોદ્ધાઓના સાહસ, દેશભક્તિ અને વીરતા પર ગર્વ પણ કર્યો હતો.

આપણે બધાએ જીવનમાં ક્યારેક ને ક્યારેક આવી અંધકારમય ક્ષણોનો સામનો કરવો પડશે. કોઈ પ્રિયજનનું મૃત્યુ ના થાય, તો બીજું એવું કંઈક થશે જે તમારી ભાવનાને કચડી નાખશે અને તમને ભવિષ્ય વિશે વિચારવા વિવશ કરશે. આવા અંધકારમય સમયમાં, તમે તમારા અંદરના ઊંડાણ સુધી પહોંચો અને સર્વશ્રેષ્ઠ રૂપમાં બહાર આવો.

પ્રકરણ 9

લોકોના મનમાં આશા જગાવો

જો તમે દુનિયા બદલવા માગતા હોવ તો...

જ્યારે તમે ગળા સુધીના કાદવમાં ફસાયેલા
હોવ ત્યારે ગાવાનું શરૂ કરી દો

રાત્રે સમુદ્ર પરથી આવતો પવન વીસ માઈલ પ્રતિ કલાકની ઝડપે ફૂંકાઈ રહ્યો હતો. ત્યાં કોઈ ચંદ્ર દેખાતો નહોતો અને નીચાં વાદળોએ તારાઓને ઢાંકી દીધા હતા. હું છાતી સુધીના કાદવમાં ફસાઈને બેઠો હતો અને માથાથી પગ સુધી મેલની પરત જામી ગઈ હતી. જેના લીધે મને બધું ધૂંધળું દેખાતું હતું અને મને માત્ર મારી બાજુના ખાડામાં લાઇનસર ઊભેલા સાથી વિદ્યાર્થીઓની આકૃતિઓ દેખાતી હતી.

તે હેલ વીકનો બુધવારનો દિવસ હતો અને મારી સીલ ટ્રેનિંગના ક્લાસ કુખ્યાત ટીજુઆના મડફ્લેટ્સમાં હતા. સીલ ટ્રેનિંગના પહેલા તબક્કામાં હેલ વીક મહત્ત્વપૂર્ણ હોય છે, જેમાં સતત છ દિવસ સુધી સૂવા નહોતું મળતું અને ઇન્સ્ટ્રક્ટર નિર્દયતાથી હેરાન કરતા હતા. જેમાં લાંબી દોડ, સમુદ્રમાં અવરોધ કોર્સ, દોરડા પર ચઢાણ, કેલીસ્થેનિક્સના ક્યારેય પૂરા ના થાય તેવાં સત્ર અને ઇન્ફ્લેટેબિલ બોટ સ્મોલ(નાની નાની હોડી)ને સતત પેડલિંગ કરવું પડતું. હેલ વીકનો હેતુ સીલ બનવાને લાયક મજબૂત ના હોય એવા નબળા વિદ્યાર્થીઓને બહાર કરવાનો હતો.

આંકડાકીય રીતે જોઈએ તો ટ્રેનિંગના અન્ય કોઈ પણ સમયની સરખામણીએ, હેલ વીકમાં જ સૌથી વધારે વિદ્યાર્થી ટ્રેનિંગ છોડીને ગયા હતા. મડફ્લેટ્સ અઠવાડિયાનો સૌથી અઘરો ભાગ હતો. દક્ષિણ સેન ડિએગો અને મેક્સિકો વચ્ચે સ્થિત, મડફ્લેટ્સ

નીચાણવાળા વિસ્તારમાં હતા, જ્યાં સેન ડિએગોમાંથી નીકળતા ગટરના પાણીએ માટીના ઊંડા અને જાડા થર બનાવી દીધા હતા, જેમાં માટી ભીની હતી.

તે દિવસે બપોરે, અમારો ક્લાસ અમારી રબર બોટને હંકારીને કોરોનાડોથી મડફ્લેટ સુધી લઈ ગયો હતો. ત્યાં પહોંચ્યા પછી તરત જ અમને કાદવમાં ઊભા રહેવાનો આદેશ આપવામાં આવ્યો. ત્યાર બાદ અમને ઠંડા, ભીના અને તકલીફમાં રાખવા માટે ડિઝાઇન કરાયેલી રેસ અને વ્યક્તિગત સ્પર્ધાની શ્રેણી શરૂ થઈ. કાદવ અમારા અંગેઅંગ પર ચોંટી ગયો હતો. કાદવ એટલો ઘટ્ટ હતો કે એમાં ચાલતાં-ચાલતાં અમે થાકી ગયા હતા અને એનાથી અમારી આગળ વધવાની ઇચ્છાની કસોટી થઈ ગઈ હતી.

રેસ કલાકો સુધી ચાલતી રહી, કડકડતી ઠંડી અને થાકને લીધે અમે મહામુશ્કેલીએ સાંજ સુધીમાં બહાર નીકળી શક્યા હતા. સૂરજ આથમતા જ તાપમાન ઘટી ગયું, હવાનું જોર વધ્યું અને બધું વધારે અઘરું લાગવા લાગ્યું. અમારું મનોબળ ઝડપથી ઘટી રહ્યું હતું. આ તો માત્ર બુધવારની વાત હતી અને અમે સૌ જાણતા હતા કે આગળના ત્રણ દિવસ પણ પીડા અને થાકના છે. ઘણા વિદ્યાર્થીઓ માટે આ પરીક્ષાની ઘડી હતી. ધ્રૂજતા અને સૂજી ગયેલા હાથ-પગની સાથે સાથે અમારી ત્વચા કેટલી કોમળ થઈ ગઈ હતી. સહેજ અમથા હલનચલનથી પણ તકલીફ થવા લાગતી. ટ્રેનિંગ પૂરી કરવાની અમારી આશા ઝડપથી ધૂંધળી થઈ રહી હતી.

શહેરના દૂરના પ્રકાશના પડછાયામાં એક સીલ ઇન્સ્ટ્રક્ટર ખાસ હેતુપૂર્વક કાદવની ધાર સુધી ગયો. એ કોઈ જૂના મિત્ર જેવો લાગતો હતો. તેણે બુલહોર્નમાં શાંતિથી વાત કરી અને પીડિત વિદ્યાર્થીઓને દિલાસો આપ્યો. તેણે કહ્યું કે, અમે તેની અને અન્ય ઇન્સ્ટ્રક્ટરની સાથે તાપણી કરી શકીએ છીએ. એની

પાસે ગરમ કૉફી અને ચિકન સૂપ હતો. સૂર્યોદય સુધી અમે આરામ કરી શકતા હતા, આરામ કરો.

હું સમજી શકતો હતો કે કેટલાક વિદ્યાર્થીઓ એનો પ્રસ્તાવ સ્વીકારવા માટે તૈયાર હતા. છેવટે અમે કાદવમાં ક્યાં સુધી ટકી શકવાના હતા? ગરમ આગ, ગરમ કૉફી અને ચિકન સૂપ ખરેખર ખૂબ સારાં લાગતાં હતાં, પરંતુ એટલામાં જ કેચ આવી ગયો. તે માત્ર એટલું ઇચ્છતો હતો કે અમારામાંથી પાંચ જણા જતા રહે તો બાકીના ક્લાસને પીડાથી થોડીક રાહત મળી શકે.

મારી બાજુમાં ઊભેલા વિદ્યાર્થીએ ઇન્સ્ટ્રક્ટર તરફ ચાલવાનું શરૂ કર્યું, મેં તેનો હાથ ટાઇટ પકડ્યો, પરંતુ કાદવ છોડવાની એની ઇચ્છા બહુ જ તીવ્ર હતી, તે મારી પકડમાંથી છૂટીને સૂકી જમીન તરફ આગળ વધ્યો. મેં જોયું કે ઇન્સ્ટ્રક્ટર હસતો હતો. તે જાણતો હતો કે એકવાર કોઈ એક માણસ બહાર આવે, તો બીજા પણ એની પાછળ આવી જશે.

અચાનક જ પવનની લહેર સાથે એક અવાજ આવ્યો, ગીતનો અવાજ. એ અવાજ અત્યંત થાકેલો અને કર્કશ હતો, પરંતુ એટલો મોટો હતો કે બધાને જ સંભળાઈ શકે. એ ગીત કોમળ કાન માટે નહોતું, પરંતુ બધાને એ ધૂન આવડતી હતી. એક અવાજમાં બીજો અવાજ ભળ્યો, એકથી બે, બેથી ત્રણ અને થોડીવારમાં બધા જ ગાવા લાગ્યા.

સૂકી જમીન તરફ દોડવા લાગેલો એ વિદ્યાર્થી પાછો વળ્યો અને મારી પાસે આવી ગયો. મારો હાથ હાથમાં લઈને એણે પણ ગાવાનું શરૂ કરી દીધું. ઇન્સ્ટ્રક્ટરે બુલહોર્ન હાથમાં લીધો અને ગુસ્સાથી બધાને ગાવાનું બંધ કરવા માટે કહ્યું. પરંતુ કોઈએ તેની વાત ના માની. હવે ક્લાસ લીડર બધાને ચૂપ કરાવવા માટે બૂમ પાડવા લાગ્યો તેમ છતાં ગાવાનું તો ચાલુ જ હતું. ઇન્સ્ટ્રક્ટરની દરેક ધમકી સાથે ગીતનો અવાજ વધતો ગયો.

ક્લાસ વધારે મજબૂત થઈ ગયો તથા દરેકની પ્રતિકૂળ સંજોગોનો સામનો કરવાની ઇચ્છા અતૂટ બની ગઈ. અંધારામાં, આગનો પ્રકાશ ઇન્સ્ટ્રક્ટરના ચહેરા પર પડી રહ્યો હતો અને મને એના ચહેરા પર સ્માઇલ દેખાતું હતું. ફરી એકવાર, અમે મહત્ત્વપૂર્ણ બોધપાઠ શીખ્યા : જૂથને એક કરવાની એક વ્યક્તિની શક્તિ, એક વ્યક્તિમાં રહેલી તેની આસપાસના લોકોને એકજૂટ કરવાની અને એમને આશા આપવાની શક્તિ. જો તે એક વ્યક્તિ ગળાડૂબ કાદવમાં પણ ગાઈ શકે છે, તો અમે પણ ગાઈ શકીએ છીએ. જો તે એક વ્યક્તિ કડકડતી ઠંડી સહન કરી શકે તો અમે પણ કરી શકીએ છીએ. જો તે વ્યક્તિ મક્કમ રહી શકે છે તો અમે પણ રહી શકીએ છીએ.

ડોવર એરફોર્સ બેઝ પરનો સૌથી મોટો રૂમ શોકગ્રસ્ત પરિવારોથી ભરેલો હતો - માતાના હાથમાં રડતાં દુઃખી બાળકો, એકબીજા પાસેથી શક્તિ મેળવવાની આશામાં હાથ પકડીને બેઠેલાં માતા-પિતા, વ્યાકુળ નજરે જોઈ રહેલી પત્નીઓ. માત્ર પાંચ દિવસ પહેલા જ, આર્મી એવિએટર્સ દ્વારા ઉડાડવામાં આવેલા અને નેવી સીલ તેમજ તેમના અફઘાન સ્પેશિયલ ઑપરેશન પાર્ટનરને લઈ જતા હેલિકૉપ્ટરને અફઘાનિસ્તાનમાં તોડી પાડવામાં આવ્યું હતું. બોર્ડ પરના તમામ 38 લોકો માર્યા ગયા હતા. આતંકવાદ વિરુદ્ધના યુદ્ધમાં થયેલું આ સૌથી મોટું નુકસાન હતું.

એક કલાક કરતાં પણ ઓછા સમયમાં, એક મોટું C 17 ટ્રાન્સપોર્ટ એરક્રાફ્ટ ડોબર ખાતે ઉતારવાનું નક્કી કરવામાં આવ્યું હતું. મૃત્યુ પામેલા વીર સૈનિકોના પરિવારોને ધ્વજમાં લપેટાયેલી શબપેટીનાં દર્શન માટે ફ્લાઇટ લાઇન સુધી લઈ જવામાં આવ્યા. જોકે આ પરિવારો રાહ જોતા હતા તે દરમિયાન અમેરિકાના

રાષ્ટ્રપતિ, રક્ષામંત્રી, સેવા સચિવો, વરિષ્ઠ લશ્કરી અધિકારીઓ શોકગ્રસ્ત પરિવારોને સાંત્વના આપવા અને શ્રદ્ધાંજલિ આપવા માટે વેઇટિંગ રૂમમાં આવ્યા હતા.

મેં શહીદ થયેલા સૈનિકોની ડઝનેક સેવામાં હાજરી આપી હતી. આ કામ ક્યારેય પણ સરળ નહોતું અને હું હંમેશાં વિચારતો હતો કે મારા આશ્વાસનના શબ્દોથી પ્રિયજનને ગુમાવનારા લોકોને કોઈ ફેર પડે છે કે પછી સ્વજનને ગુમાવ્યાના આઘાતમાં તેઓ મેં કહેલી કોઈ પણ વાતને સમજી જ નહોતા શકતા.

જ્યારે મેં અને મારી પત્ની જોર્જિયાએ એમની સાથે વાત કરવાની શરૂ કરી ત્યારે મને યોગ્ય શબ્દો જ નહોતા મળતા. હું તેમના દુઃખમાં સાચી સહાનુભૂતિ કેવી વ્યક્ત કરી શકું? હું એમને કેવી રીતે કહું કે તેમનો પુત્ર, તેનો પતિ, તેના પિતા, તેના ભાઈ કે તેના મિત્રનું બલિદાન અમૂલ્ય હતું? મેં દરેકને દિલાસો આપવાના પૂરેપૂરા પ્રયત્નો કર્યા, તેમને ગળે મળ્યો, તેમની સાથે પ્રાર્થના કરી. મેં તેમની સામે મજબૂત રહેવાના પ્રયત્ન કર્યા, પરંતુ મને ખબર પડી ગઈ હતી કે મારી પાસે શબ્દો ખૂટી પડ્યા હતા.

પછી જ્યારે હું એક વૃદ્ધ મહિલાની પાસે ઘૂંટણિયે બેઠો, ત્યારે મેં જોયું કે મારા પાડોશમાં રહેતો પરિવાર મરીન લેફ્ટનન્ટ જનરલ જૉન કેલી સાથે વાત કરી રહ્યો હતો. સેક્રેટરી ઑફ ડિફેન્સના લશ્કરી સહાયક, કેલી ઊંચા, દૂબળા-પાતળા, સોનેરી ભૂરા વાળવાળા હતા અને તેમણે નેવીનો યુનિફૉર્મ પહેર્યો હતો. આખો પરિવાર કેલીની આસપાસ એકઠો થઈ ગયો હતો અને હું જોઈ શકતો હતો કે કેલીના સહાનુભૂતિ અને પ્રોત્સાહનભર્યા શબ્દો શોકગ્રસ્ત માતા-પિતા અને એમનાં બાળકો પર ઊંડી અસર કરી રહ્યા હતા. એ હસ્યા અને પછી એ પરિવારના લોકો પણ હસ્યા. જૉન કેલી તેમને ગળે મળ્યા અને પરિવારજનો પણ

તેમને ભેટ્યા. જૉન કેલીએ પોતાનો હાથ લંબાવ્યો અને પરિવારના સભ્યોએ તેને ચુસ્તપણે પકડી લીધો.

છેલ્લીવાર માતા-પિતાને આલિંગન આપ્યા પછી અને દિવંગતના બલિદાન માટે પરિવારનો આભાર માન્યા પછી કેલી બીજા શોકગ્રસ્ત પરિવાર તરફ વધ્યા. એ પછીના કલાકમાં, જૉન કેલી રૂમમાં લગભગ દરેક પરિવારને મળ્યા, તેમને ગળે લગાવ્યા. તે દિવસે બીજા કોઈ પણ મુલાકાતીની તુલનામાં કેલીના શબ્દો દરેક માતા-પિતા, દરેક પત્ની, દરેક ભાઈ-બહેન અને દરેક મિત્રને વધારે સંભળાયા હતા. તેમના શબ્દો સમજણના શબ્દો હતા, કરુણાના શબ્દો હતા અને સૌથી અગત્યની વાત કે તેમના શબ્દોમાં આશા હતી.

તે દિવસે માત્ર જૉન કેલીએ જ વાતાવરણને બદલ્યું હતું. માત્ર જૉન કેલી જ શોકગ્રસ્ત લોકોને આશા બંધાવી શકે તેમ હતા, કારણ કે માત્ર જૉન કેલી જ જાણતા હતા કે યુદ્ધમાં પુત્ર ગુમાવવાનો અર્થ શું હોય છે.

મરીન ફર્સ્ટ લેફ્ટનન્ટ રોબર્ટ કેલી વર્ષ 2010માં અફઘાનિસ્તાનમાં ત્રીજી બટાલિયન, પાંચમી મરીનમાં ફરજ બજાવતી વખતે શહીદ થયા હતા. જનરલ કેલી અને એમના પરિવારે તે દિવસે ડોવરમાં હાજર પરિવારોની જેમ જ દુઃખનો સામનો કર્યો હતો. જોકે કેલીના પરિવારે એ આઘાત સહન કરી લીધો. તેમણે તકલીફ, હૃદયની પીડા અને ખોટની અસહ્ય લાગણીને સહન કરી હતી.

એ દિવસે જ્યારે હું તેમને મળ્યો ત્યારે એમણે મને પણ હિંમત આપી હતી. સત્ય તો એ છે કે જ્યારે તમે કોઈ સૈનિકને ગુમાવો છો ત્યારે તમે એના પરિવાર માટે દુઃખી થાવ છો. પરંતુ તમને એ વાતની પણ બીક લાગે છે કે ભવિષ્યમાં તમારી સાથે પણ આવું થઈ શકે છે. તમે વિચારવા લાગો છો કે શું તમે તમારાં સંતાનને ગુમાવવાનું દુઃખ સહન કરી શકશો અથવા એવું

વિચારવા લાગો છો કે તમારા વિના તમારા પરિવારનું શું થશે. તમે આશા રાખો છો અને ભગવાનને એવી પ્રાર્થના કરો છો કે ભગવાન તમારા પર દયા કરે અને તમારે આવા અનિચ્છનીય દુ:ખનો સામનો ના કરવો પડે.

એ પછીના વર્ષોમાં હું અને જૉન કેલી ગાઢ મિત્રો બની ગયા હતા. તે એક પ્રતિષ્ઠિત અધિકારી હતા, સાથે જ પત્ની કરેનના મજબૂત પતિ, પુત્રી કેટ અને સૌથી મોટા પુત્ર મરીન મેજર કેલીના પ્રેમાળ પિતા હતા. જોકે આ બધા કરતાં અગત્યની વાત એ હતી કે, અજાણતાં જ, જૉન કેલીએ તેમની આસપાસના ઘણાબધા લોકોને આશા આપી હતી. એવી આશા કે અત્યંત કપરા સમયમાં આપણે પીડા, વિષાદ અને વેદનાથી ઉપર ઊઠી શકીશું અને મજબૂત બની શકીશું. આપણામાંથી દરેકમાં માત્ર ટકી રહેવાની નહીં, પણ અન્યને પ્રેરણા આપવાની ક્ષમતા હતી.

આશા એ બ્રહ્માંડમાં સૌથી શક્તિશાળી શક્તિ છે. આશાના સહારે તમે રાષ્ટ્રને મહાનતા માટે પ્રેરિત કરી શકો છો. આશાથી તમે દીન-દુ:ખિયાંને આગળ લાવી શકો છે. આશાના સહારે તમે અસહ્ય નુકસાનની પીડાને હળવી કરી શકો છો. કેટલીકવાર માત્ર એક વ્યક્તિ જ બહુ મોટો ફરક લાવી શકે છે.

આપણે બધા કોઈક દિવસ પોતાની જાતને ઊંડા કાદવમાં ફસાયેલા જોઈશું. તે દિવસ જોરથી ગાવાનો, મુક્ત મને હસવાનો, તમારી આસપાસના લોકોને આગળ લાવવાનો તેમજ તેમને એવી આશા આપવાનો સમય છે કે આવનારા દિવસ વધુ સારા હશે.

પ્રકરણ 10

મેદાન ક્યારેય છોડશો નહીં!

જો તમે દુનિયા બદલવા માગતા હોવ તો...

ક્યારેય ઘંટ ના વગાડશો, ક્યારેય નહીં

સીલ ટ્રેનિંગના પહેલાં દિવસની શરૂઆતમાં હું બીજા દોઢસો વિદ્યાર્થીઓની સાથે સાવધાનની મુદ્રામાં ઊભો હતો. યુદ્ધના શૂઝ, ખાખી શોર્ટ્સ અને વાદળી-સોનેરી ટીશર્ટમાં સજ્જ ઇન્સ્ટ્રક્ટર ડામરના મોટા ગ્રાઉન્ડમાં લટકાવેલા પિત્તળના ઘંટ પાસે ગયા. ત્યાંથી તે બધા વિદ્યાર્થીઓને જોઈ શકતા હતા.

"જેન્ટલમેન," તેમણે બોલવાનું શરૂ કર્યું. "આજે સીલ ટ્રેનિંગનો પહેલો દિવસ છે. આગામી છ મહિનામાં તમે બધા અમેરિકન સૈન્યની સૌથી અઘરી ટ્રેનિંગમાંથી પસાર થશો."

મેં આજુબાજુ નજર કરી તો મને મારા સાથી વિદ્યાર્થીઓના ચહેરા પર આશંકાના થોડા ભાવ દેખાયા.

ઇન્સ્ટ્રક્ટરનું બોલવાનું ચાલુ જ હતું. "અહીંયાં તમારી એવી કસોટી થશે, જેવી જીવનમાં પહેલાં ક્યારેય ના થઈ હોય." એટલું બોલીને તેમણે ક્લાસના નવા "ટેડપોલ્સ" તરફ જોયું. "તમારામાંથી મોટાભાગના લોકો આ ટ્રેનિંગને પૂરી નહીં કરી શકે. હું એ વાતનું ખાસ ધ્યાન રાખીશ." તેણે હસીને કહ્યું, "હું મારાથી બનતા તમામ પ્રયત્નો કરીશ કે તમે ટ્રેનિંગ છોડીને ભાગી જાવ." તેમણે છેલ્લા ત્રણ શબ્દો પર ભાર આપ્યો હતો.

"હું તમને નિર્દયતાથી ત્રાસ આપીશ. હું તમારી ટીમના સાથીઓ સામે તમને શરમમાં મૂકીશ. હું તમને તમારી ક્ષમતા કરતાં વધારે આગળ ધકેલી દઈશ." પછી તેના ચહેરા પર

સહેજ સ્મિત છવાઈ ગયું. “અને તમને બહુ તકલીફ થશે. બહુ વધારે તકલીફ થશે.”

તેમણે ઘંટ પકડીને, દોરડું જોરથી ખેંચ્યું અને આખા પ્રાંગણમાં ઘંટનો રણકાર ગુંજી ઊઠ્યો. “પરંતુ જો તમને પીડા ના ગમતી હોય, જો તમને આવી સતામણી ના ગમતી હોય, તો પછી એક સરળ રસ્તો છે.” તેમણે ફરીથી દોરડું ખેંચ્યું અને ધાતુનો ઘેરો ઘંટારવ ફરીવાર આખી બિલ્ડિંગમાં ફરી વળ્યો. “આ ટ્રેનિંગ છોડીને જવા માટે તમારે ખાલી આ ઘંટને ત્રણવાર વગાડવો પડશે.”

તેમણે ઘંટ સાથે બાંધેલું દોરડું છોડી નાખ્યું. “ઘંટ વગાડશો તો તમારે વહેલા નહીં ઊઠવું પડે. ઘંટ વગાડશો તો તમારે લાંબી દોડ, ઠંડીમાં સ્વિમિંગ કે અવરોધ કોર્સ કરવાની જરૂર નહીં પડે. તમે આ ઘંટ વગાડશો તો આવી બધી પીડાથી બચી જશો.”

એ પછી ઇન્સ્ટ્રક્ટરે ડામર તરફ નજર કરી અને હવે તે તેના તૈયાર કરેલા એકપાત્રીય નાટકનું સમાપન કરતો હોય તેવું લાગ્યું. “પરંતુ હું તમને એક વાત કહું,” તે બોલ્યા. “જો તમે આને છોડી દેશો, તો તમને આજીવન પસ્તાવો થશે. છોડી દેવાથી ક્યારેય કોઈ સમસ્યા ઉકેલાતી નથી.”

છ મહિના પછી અમારામાંથી માત્ર તેત્રીસ લોકો જ સ્નાતક સ્તર સુધી પહોંચ્યા હતા. કેટલાક વિદ્યાર્થીઓએ સહેલો રસ્તો પસંદ કર્યો, તેમણે ટ્રેનિંગ છોડી દીધી હતી અને મને ઇન્સ્ટ્રક્ટરની વાત સાચી લાગતી હતી. ટ્રેનિંગ છોડવાનો નિર્ણય લેવા બદલ તેમને જીવનભર પસ્તાવો થયો હશે.

સીલ ટ્રેનિંગમાં હું જેટલા બોધપાઠ શીખ્યો, એમાં આ સૌથી મહત્ત્વનો હતો. ક્યારેય છોડશો નહીં, જીવનમાં ક્યારેય હાર ના માનવી. આમ તો આ બોધપાઠ એટલો ગંભીર નથી લાગતો, પરંતુ જીવન તમને સતત એવી પરિસ્થિતિઓમાં મૂકે છે જ્યાં

છોડી દેવું, એ પકડી રાખવા કરતાં સહેલું લાગે છે, જ્યાં ધીરજ રાખવા કરતા હાર માની લેવાનું વધારે સહેલું લાગે છે.

મારી સમગ્ર કારકિર્દી દરમિયાન, મને હંમેશાં એવાં સ્ત્રી-પુરષોથી પ્રેરણા મળી છે, જેમણે પોતાની ટ્રેનિંગ છોડવાની ના પાડી હતી, જેમણે પોતાના માટે દિલગીર થવાનું પણ સ્વીકાર્યું ન હતું. જોકે મને સૌથી વધુ પ્રેરણા અફઘાનિસ્તાનમાં એક હૉસ્પિટલમાં એડમિટ યુવા આર્મી રેન્જર પાસેથી મળી.

એક મોડી સાંજે મને સમાચાર મળ્યા કે મારા એક સૈનિકે પ્રેશર પ્લેટ માઇન પર પગ મૂકી દીધો છે અને તેને હવાઈમાર્ગે મારા હેડક્વાર્ટરની નજીકની યુદ્ધ હૉસ્પિટલમાં દાખલ કરવામાં આવ્યો છે. રેન્જર રેજિમેન્ટલ કમાન્ડર, કર્નલ એરિક કુરિલ્લા અને હું ઝડપથી હૉસ્પિટલમાં દાખલ સૈનિકના રૂમમાં પહોંચ્યા.

સૈનિક હૉસ્પિટલના પલંગમાં સૂતો હતો, તેના મોં અને છાતી પર નળીઓ લગાવેલી હતી; વિસ્ફોટને લીધે તેનો ચહેરો અને હાથ દાઝી ગયા હતા. તેનો ઓઢવાનો ધાબળો પલંગ પર સપાટ પડ્યો હતો, જ્યાં પહેલાં તેના પગ રહેતા હતા. હવે તેનું જીવન કાયમ માટે બદલાઈ ગયું હતું.

મેં અફઘાનિસ્તાનમાં અનેકવાર યુદ્ધ હૉસ્પિટલની મુલાકાત લીધી. યુદ્ધ સમયના લીડર તરીકે, તમે માનવીય પીડા તમારામાં ના પ્રવેશે તેવા પ્રયાસ કરો છો. તમે જાણો છો કે આ બધું યુદ્ધનો એક ભાગ છે. સૈનિકો ઘાયલ થાય છે. સૈનિકો મૃત્યુ પામે છે. જો તમારો દરેક નિર્ણય જીવનના સંભવિત નુકસાન પર આધારિત હોય તો, તમે અસરકારક બનવા માટે જોરદાર સંઘર્ષ કરો છો. જો કે એ રાત કંઈ અલગ જ લાગતી હતી.

મારી સામે સૂતેલો રેન્જર મારા બે છોકરાઓ કરતાં પણ

ઘણો નાનો હતો. તે ઓગણીસ વર્ષનો હતો અને તેનું નામ એડમ બેટ્સ હતું. એક અઠવાડિયા પહેલાં જ અફઘાનિસ્તાન આવેલા એડમનું આ પહેલું જ યુદ્ધ મિશન હતું. મેં વાંકા વળીને હાથથી એના ખભાને સ્પર્શ કર્યો. તે બેભાન લાગતો હતો. મેં એક મિનિટ વિચાર કર્યો, થોડી પ્રાર્થના કરી અને પાછો જવાનો જ હતો ત્યાં નર્સ મારા સૈનિકને જોવા આવી.

તેણે સસ્મિત ચહેરે સૈનિકની નાડી તપાસી અને મને પૂછ્યું કે, "શું તમારે તેની સ્થિતિ વિશે કશું પૂછવું છે?" તેણે મને કહ્યું કે, "તેના બંને પગ કાપી નાખવામાં આવ્યા હતા અને વિસ્ફોટમાં એને બહુ જ ગંભીર ઈજાઓ થઈ હતી, પરંતુ એના બચવાની શક્યતા ઘણી વધારે હતી."

રેન્જર બેટ્સની આટલી કાળજી લેવા બદલ મેં નર્સનો આભાર માન્યો અને તેને કહ્યું કે, "બેટ્સ ભાનમાં આવે ત્યારે હું ફરી આવીશ." "અરે, એ ભાનમાં જ છે." નર્સે કહ્યું. "ખરેખર તો એની સાથે વાત કરીને તમને સારું લાગશે." આમ કહીને તેણે ધીમેથી યુવા રેન્જરને હલાવ્યો, એટલે તેણે સહેજ આંખો ખોલી અને મને ઓળખ્યો.

નર્સે કહ્યું, "તે અત્યારે બોલી શકતા નથી." જોકે તેમની મમ્મી બહેરી હતી એટલે સંકેતની ભાષાને સમજે છે. એ નર્સે મને એક કાગળ આપ્યો, જેમાં સાંકેતિક ભાષાનાં પ્રતીકો દોરેલાં હતાં.

મેં એની સાથે એક મિનિટ વાત કરી, જે દરમિયાન હું એને સત્ય કહેવાની તાકાત ભેગી કરી રહ્યો હતો. તમે એક એવા યુવાનને શું કહી શકો જેણે દેશસેવા કરતી વખતે પોતાના બંને પગ ગુમાવ્યા હોય. તમે કેવી રીતે એની સાથે એના ભવિષ્યને લઈને સારી વાત કરી શકો.

વિસ્ફોટને લીધે બેટ્સનો ચહેરો સૂજી ગયો હતો. તેની આંખો લાલ અને પટ્ટીઓની નીચે માંડ માંડ દેખાતી હતી. એ થોડી

ક્ષણો સુધી મારી સામે જોઈ રહ્યો. તેણે મારા હાવભાવમાં રહેલી કરુણાને અનુભવી હશે. તે હાથ ઊંચો કરીને સાઇન કરવા લાગ્યો.

મેં મારી સામેના કાગળ પર દોરેલાં બધાં પ્રતીકો જોયા. ધીમે-ધીમે એણે લખ્યું કે, “હું સાજો થઈ જઈશ.”

અને પછી તે સૂઈ ગયો.

એ સાંજે જ્યારે હું હૉસ્પિટલની બહાર નીકળ્યો ત્યારે રડ્યા વિના ના રહી શક્યો. હૉસ્પિટલમાં મેં સેંકડો લોકો સાથે વાત કરી હશે, પરંતુ તેમાંથી કોઈએ ક્યારેય કોઈ ફરિયાદ નથી કરી. ક્યારેય નહીં! તેમને પોતાની સેવા પર ગર્વ હતો. તે પોતાના ભાગ્યને સ્વીકારી રહ્યા હતા અને બસ પોતાના યુનિટમાં પાછા જવા માગતા હતા, એમને એ લોકો સાથે રહેવું હતું જેમને એ પાછળ છોડી આવ્યા છે. એડમ બેટ્સે કોઈ ને કોઈ રીતે તેની સામે આવનારા તમામ લોકોને ઓળખી લીધા હતા.

મેં અફઘાનિસ્તાનમાં એ હૉસ્પિટલની મુલાકાત લીધી એના એક વર્ષ પછી, હું પંચોતેરમો રેન્જર રેજિમેન્ટલ ચેન્જ ઑફ કમાન્ડ બન્યો. ત્યાં રેન્જર બેટ્સ સાથે મુલાકાત થઈ, તે પોતાના યુનિફૉર્મમાં તેજતર્રાર લાગતા હતા અને નવા કૃત્રિમ પગ પર ઊભા હતા. મેં તેને તેના ઘણા રેન્જર સાથીઓને પુલ-અપનો આદેશ આપતા સાંભળ્યો. કેટલાય પ્રકારની સર્જરીઓ અને પીડાદાયી પુનર્વાસમાંથી પસાર થયા પછી તેણે નવા જીવન સાથે તાલમેલ સાધી લીધો હતો અને ક્યારેય હાર નહોતી માની. તે હસતો હતો, મજાક કરી રહ્યો હતો, સ્માઇલ કરી રહ્યો હતો અને જેવું એણે મને વચન આપ્યું હતું - તે સાજો થઈ ગયો હતો.

જીવન કઠિન પરિસ્થિતિઓથી ભરેલું હોય છે. જો કે ત્યાં એવું પણ કોઈક હશે, જેની પરિસ્થિતિ તમારા કરતાં પણ ખરાબ હોય. જો તમે આવા સમયને લઈને પોતાની દયા ખાઓ છો, તમારી સાથે જે પ્રકારનું વર્તન થાય છે એના લીધે દુ:ખી છો, જીવનમાં

પોતાના નસીબ પર રડી રહ્યા છો, પોતાના સંજોગો માટે કોઈ બીજાને દોષી માનો છો, તો તમારું જીવન લાંબું અને અઘરું થઈ જશે. બીજી તરફ, જો તમે તમારાં સપનાઓને છોડવાની ના પાડો છો, અવરોધો સામે મજબૂતાઈથી ઊભા રહો છો - તો તમારું જીવન તમે ઇચ્છો છો એવું જ હશે - અને તમે એને મહાન બનાવી શકો છો. ક્યારેય ઘંટ ના વગાડો!

યાદ રાખો... દિવસની શરૂઆત એક કામને પૂર્ણ કરીને કરો. જીવનમાં તમને મદદ કરે તેવા કોઈને શોધો. સૌનો આદર કરો. સમજી લો કે જીવન અનુકૂળ નથી હોતું અને તમને ઘણીવાર નિષ્ફળતા મળશે. જોકે, જ્યારે તમે કોઈ જોખમ લો છો, સૌથી કપરા સમયમાં પણ આગળ વધો છો, ગુંડાઓનો સામનો કરો છો, દીન-દુખિયાંઓને ઊભા કરો છો અને ક્યારેય હાર નથી માનતા - તો તમે તમારા જીવનને... અને કદાચ દુનિયાને પણ વધારે સારી બનાવવા માટે પરિવર્તન કરી શકો છો.

ટેક્સાસ યુનિવર્સિટીમાં આપેલું પ્રારંભિક ભાષણ

17 મે, 2014

આ યુનિવર્સિટીનું સૂત્ર છે, "જેની શરૂઆત અહીંથી થાય છે, તે વિશ્વને બદલી નાખે છે." મારે સ્વીકારવું જ પડશે કે આ સૂત્ર મને ગમ્યું. "જેની શરૂઆત અહીંથી થાય છે, તે વિશ્વને બદલી નાંખે છે."

આજે રાત્રે અંદાજે આઠ હજાર વિદ્યાર્થીઓ ટેક્સાસ યુનિવર્સિટીમાંથી સ્નાતક થયા છે. Ask.com કહે છે કે, સરેરાશ એક અમેરિકન વ્યક્તિ તેના જીવનકાળમાં દસ હજાર લોકોને મળે છે. આ સંખ્યા બહુ વધારે છે, પરંતુ જો તમારામાંથી દરેક વ્યક્તિએ માત્ર દસ લોકોનું જીવન બદલ્યું હોય અને એ લોકોમાંથી દરેક વ્યક્તિએ બીજા દસ - માત્ર દસ લોકોનું જીવન બદલ્યું હોય, તો - પાંચ પેઢીઓમાં - 125 વર્ષમાં, વર્ષ 2014ના આ ક્લાસે 80 કરોડ લોકોનું જીવન બદલી નાખ્યું હશે.

80 કરોડ લોકો. થોડું આ વિશે વિચારો : અમેરિકાની વસ્તીના બમણા કરતાં પણ વધારે. જો આમાં બીજી એક પેઢીનો સમાવેશ કરીએ, તો તમે આખી દુનિયાની વસ્તીને એટલે કે આઠ અરબ લોકોનું જીવન બદલી શકો છો. જો તમને લાગતું હોય કે દસ લોકોનું જીવન બદલવું અઘરું છે, એમનું જીવન કાયમ માટે બદલવું અઘરું છે, તો તમે ખોટું વિચારો છો.

મેં ઇરાક અને અફઘાનિસ્તાનમાં રોજે આવું થતું જોયું છે. એક યુવાન આર્મી ઑફિસર બગદાદના કોઈ રસ્તા પર

જમણી તરફ જવાને બદલે ડાબી તરફ જવાનો નિર્ણય કરે છે અને તેની ટુકડીના દસ સૈનિકો પૂર્વ નિયોજિત હુમલાથી બચી જાય છે.

અફઘાનિસ્તાનના કંદહાર પ્રાંતમાં, ફીમેલ એન્ગેજમેન્ટ ટીમની એક બિન-કમિશન અધિકારીને આભાસ થયો કે કંઈક ગરબડ છે અને તેણે પાયદળની પલટનને પાંચ-સો-પાઉન્ડના આઈઈડીથી દૂર જવાનો આદેશ આપ્યો, પરિણામે ડઝન સૈનિકોના જીવ બચી ગયા.

પંરતુ જો તમે આના વિશે વિચારો, તો એક વ્યક્તિના નિર્ણયથી માત્ર આટલા સૈનિકો જ નથી બચ્યા, પરંતુ તેમના અજન્મેલા બાળકો પણ બચી ગયા અને તેમનાં બાળકોના બાળકોનો પણ આબાદ બચાવ થયો. એક વ્યક્તિના એક નિર્ણયથી કેટલીયે પેઢીઓ બચી ગઈ.

આમ તો દુનિયાને બદલવાનું કામ ક્યાંય પણ થઈ શકે છે અને કોઈ પણ કરી શકે છે, તેથી જે અહીંથી શરૂ થાય છે, તે ખરેખર દુનિયા બદલી શકે છે, પરંતુ સવાલ એ છે કે તમે દુનિયાને બદલો પછી દુનિયા કેવી દેખાશે?

જુઓ, મને ખાતરી છે કે આ દુનિયા બહુ જ સુંદર દેખાશે, જો તમે આ વૃદ્ધ ખલાસીની વાત માત્ર એક ક્ષણ માટે સાંભળો, તો મારી પાસે કેટલાંક એવાં સૂચનો છે, જે વધુ સારી દુનિયા તરફ વધવામાં તમારી મદદ કરી શકે છે. ભલે આ બોધપાઠ હું સેનામાં મારા કાર્યકાળ દરમિયાન શીખ્યો હોઉં, પરંતુ હું તમને ચોક્કસપણે કહું છું કે એનાથી કોઈ ફેર નથી પડતો કે તમે એક દિવસ માટે પણ સેનામાં જોડાયા છો કે નથી જોડાયા.

તમારા લિંગ, તમારી વંશીય અથવા ધાર્મિક પૃષ્ઠભૂમિ, તમારા અભિગમ કે તમારી સામાજિક સ્થિતિનું કોઈ મહત્ત્વ નથી. આ દુનિયામાં આપણો સંઘર્ષ સમાન છે અને તે સંઘર્ષ પર વિજય

મેળવવા અને આગળ વધવા માટે - પોતાની જાતને અને આસપાસની દુનિયાને બદલવાનો પાઠ - બધાને સમાન રીતે લાગુ પડશે.

હું છત્રીસ વર્ષથી નેવી સીલમાં છું, પરંતુ આ બધાની શરૂઆત ત્યારે થઈ જ્યારે મેં કેલિફોર્નિયાના કોરોનાડોમાં બેઝિક સીલ ટ્રેનિંગ લેવા માટે ટેક્સાસ યુનિવર્સિટી છોડી. બેઝિક સીલ ટ્રેનિંગમાં - નરમ રેતીમાં છ મહિનાની લાંબી ત્રાસદાયક દોડ, સેન ડિએગોના ઠંડા પાણીમાં મધ્યરાત્રીએ તરવું, અવરોધ કોર્સ, ક્યારેય સમાપ્ત ના થનારા કેલિસ્થનિક્સ, કેટલાંય દિવસ સુધી અપૂરતી ઊંઘ અને હંમેશાં ઠંડા, ભીના અને તુચ્છ રહેવું સામેલ હતું.

આ છ મહિનામાં પ્રોફેશનલી ટ્રેન્ડ યોદ્ધાઓ સતત હેરાન કરે છે. તેઓ તન-મનથી નબળા વિદ્યાર્થીઓને શોધવા અને તેમને નેવી સીલ બનતા રોકવા માગે છે. જોકે આ ટ્રેનિંગ એવા લોકોને શોધવાનો પ્રયાસ કરે છે કે જેઓ સતત તણાવ, અરાજકતા, નિષ્ફળતા અને મુશ્કેલીભર્યા વાતાવરણમાં પણ નેતૃત્વ કરી શકે. મેં બેઝિક સીલ ટ્રેનિંગના છ મહિનામાં જેટલા પડકારોનો સામનો કર્યો, તેટલા પડકારોનો સામનો જીવનમાં ક્યારેય નથી કર્યો.

તેથી અહીંયાં મેં એ 10 પાઠ આપ્યા છે, જે હું બેઝિક સીલ ટ્રેનિંગમાં શીખ્યો હતો અને જે જીવનમાં આગળ વધવા માટે તમારા માટે પણ મહત્ત્વપૂર્ણ સાબિત થશે.

બેઝિક સીલ ટ્રેનિંગમાં મારા ઇન્સ્ટ્રક્ટર વિયેતનામ યુદ્ધના દિગ્ગજ યોદ્ધા હતા. તેઓ દરરોજ મારા બૅરેકના રૂમમાં આવતા અને સૌથી પહેલાં મારી પથારીનું નિરીક્ષણ કરતા, પથારી ત્યારે જ સરખી માનવામાં આવતી જ્યારે તેના ખૂણા ચોરસ હોય, કવર ચુસ્ત તણાયેલા હોય, ઓશીકા માથાની જગ્યાએ ગોઠવેલા હોય

અને વધારાના ધાબળા પગની બાજુએ વ્યવસ્થિત રીતે ફોલ્ડ કરીને મૂક્યા હોય.

આ એક સાધારણ કામ હતું, વધારેમાં વધારે તો આને સાંસારિક કામ કહી શકાય. જોકે અમારે રોજ સવારે અમારી પથારી સરખી ગોઠવવી પડતી. આ એ વખતે થોડુંક હાસ્યસ્પદ લાગતું, કારણ કે અમે તો અસલી યોદ્ધા, યુદ્ધ માટે મજબૂત સીલ બનવા માગતા હતા, તેમ છતાં આ સહેલા કામનું જ્ઞાન મને ઘણીવાર ઉપયોગી નીવડ્યું છે.

જો તમે રોજ સવારે તમારી પથારી વ્યવસ્થિત કરો છો તો તમારું દિવસનું પહેલું કામ પૂરું થઈ જાય છે. એનાથી તમારામાં ગર્વની લાગણી જન્મે છે, જે તમને વધુ એક કામ અને પછી બીજું અને પછી હજી બીજું કામ કરવા પ્રોત્સાહિત કરશે. દિવસ પૂર્ણ થાય ત્યાં સુધીમાં પૂરું કરેલું એક કામ અનેક કામોમાં ફેરવાઈ જશે. પોતાની પથારી વ્યવસ્થિત કરવી એ સત્યની પણ પુષ્ટિ કરે છે કે જીવનમાં નાની નાની બાબતો પણ મહત્ત્વની હોય છે.

જો તમે નાનાં નાનાં કામ સરખી રીતે ના કરી શકો, તો મોટાં કામ પણ સરખી રીતે નહીં કરી શકો. સંજોગવશાત્, જો તમારો દિવસ ખરાબ જાય તો પણ જ્યારે તમે ઘરે આવો ત્યારે તમને તૈયાર પથારી મળે છે, જેને તમે પોતે ગોઠવી હતી - અને આ તૈયાર પથારી તમને પ્રોત્સાહિત કરશે કે આવતીકાલ વધુ સારી હશે.

જો તમે દુનિયા બદલવા માગતા હોવ તો દિવસની શરૂઆત પોતાની પથારીને સરસ રીતે ગોઠવીને કરો.

સીલ ટ્રેનિંગ દરમિયાન વિદ્યાર્થીઓને બોટ ક્રૂમાં વિભાજિત કરવામાં આવે છે. દરેક ક્રૂમાં સાત વિદ્યાર્થીઓ હોય છે : નાની રબર બોટની બંને બાજુએ ત્રણ-ત્રણ અને બોટને માર્ગદર્શન આપવામાં

મદદ કરવા માટે એક કૉક્સવેન હોય છે. બીચ પર દરરોજ બોટ ક્રૂ બનાવવામાં આવે છે અને તેમને સર્ફ ઝોનમાંથી પસાર થવાનો અને કિનારાથી ઘણા માઈલ સુધી દૂર જવાનો આદેશ આપવામાં આવે છે.

શિયાળામાં, સેન ડીએગોમાં મોજાંઓ આઠથી દસ ફૂટ ઊંચા જઈ શકે છે અને આવાં મોજાંઓમાં જ્યાં સુધી દરેકેદરેક વ્યક્તિ પ્રયત્ન ના કરે ત્યાં સુધી પેડલ મારવાનું બહુ જ અઘરું હોય છે. દરેકે કૉક્સવેનની સ્ટ્રોક ગણતરી સાથે તાલ મિલાવીને પેડલ મારવાં જોઈએ. દરેકે એક સમાન પ્રયત્ન કરવાના હોય છે, નહીંતર મોજાંઓને લીધે બોટ ઊંધી વળી જશે અને ફેંકાઈને સમુદ્રકિનારે પાછી આવી જશે.

બોટને તેના ગંતવ્ય સુધી પહોંચાડવા માટે બધાએ પેડલ મારવાનાં જ હોય છે. તમે એકલા જ દુનિયાને નહીં બદલી શકો - તમારે કોઈકની મદદની જરૂર પડશે અને સ્ટાર્ટિંગ પોઇન્ટથી ગંતવ્ય સુધી જવા માટે મિત્રો, સાથીઓની જરૂર પડે છે. અજાણ્યાઓની શુભેચ્છા પણ જરૂરી છે અને બધાને રસ્તો બતાવનાર એક માર્ગદર્શક પણ જોઈતો હોય છે.

જો તમે દુનિયા બદલવા માગતા હોવ તો પેડલ મારવામાં મદદ કરે તેવા કોઈ વ્યક્તિને શોધો.

---

150 વિદ્યાર્થીઓથી શરૂ થયેલા મારા સીલ ક્લાસમાં કેટલાંક અઠવાડિયાંઓની અઘરી ટ્રેનિંગ પછી માત્ર 42 વિદ્યાર્થીઓ જ બચ્યા હતા. સાત-સાત લોકોનાં છ બોટ ક્રૂ હતાં. હું ઊંચા લોકોની બોટમાં હતો, પરંતુ અમારામાં સૌથી સારી બોટ ક્રૂ ઠીંગણા લોકોની હતી - જેને અમે “ધ મંચકિન ક્રૂ” (વામન દળ) કહીએ છીએ. એમનામાં કોઈ પાંચ ફૂટ પાંચ ઇંચથી વધારે ઊંચું નહોતું.

વામન લોકોની આ ક્રૂમાં એક અમેરિકન-ભારતીય, એક આફ્રિકી-અમેરિકન, એક પૉલિશ અમેરિકન, એક યુનાની અમેરિકન, એક ઇટાલિયન અમેરિકન હતા અને બે મજબૂત છોકરાઓ મિડવેસ્ટના હતા. તે લોકો બધી જ ટીમ કરતાં આગળ નીકળી જતા તેમજ દોડવામાં અને તરવામાં પણ આગળ રહેતા. બીજા બોટ ક્રૂના ઊંચા લોકો વામન દળના સભ્યોને નાના-નાના પગમાં નાના-નાના ફ્લિપર નાખતા જોઈને તેમની મજાક કરતા. જોકે દેશ-દુનિયાના ખૂણેખૂણેથી આવેલા આ ઠીંગણા લોકો સૌથી ઝડપી તરીને, સૌથી પહેલાં કિનારે પર પહોંચી જતાં અને સૌથી છેલ્લું હાસ્ય એમનું જ રહેતું.

સીલ ટ્રેનિંગમાં બહુ મોટી બરાબરી પણ હતી. તેમાં સફળ થવા માટે તમારી ઇચ્છા સિવાય કશું જ મહત્ત્વનું નથી. તમારો રંગ, તમારી વંશીય પુષ્ટિભૂમિ, તમારું શિક્ષણ કે તમારી સામાજિક સ્થિતિ આમાં કંઈ પણ કરી શકતી નથી.

જો તમે દુનિયા બદલવા માગતા હોવ તો કોઈ પણ માણસને તેના ફ્લિપરના આકારથી નહીં, પણ તેના હૃદયના આકારથી માપો.

ઇન્સ્ટ્રક્ટર અઠવાડિયામાં ઘણીવાર આખા ક્લાસને લાઇનમાં ઊભો રાખતા અને બધાનું સમાન રીતે નિરીક્ષણ કરતા હતા. તે આવું નિરીક્ષણ અચાનક જ રાખતા. ટોપી બરાબર સ્ટાર્ચ કરેલી હોવી જોઈએ, યુનિફૉર્મ કોઈ પણ ભૂલ વિના ઇસ્ત્રી કરેલો હોવો જોઈએ, બેલ્ટનું બક્કલ ચમકતું હોવું જોઈએ તેમજ તેની ઉપર કોઈ પણ પ્રકારના ડાઘા ના હોવા જોઈએ.

એવું લાગતું હતું કે ટોપીને સ્ટાર્ચ કરવાના, પોતાના યુનિફૉર્મને પ્રેસ કરવાના કે પછી બેલ્ટના બક્કલને ચમકાવવાના ગમે તેટલા

પ્રયત્નો કરીએ તો પણ એ ઓછા જ પડતા. ઇન્સ્ટ્રક્ટર્સ "કોઈ ને કોઈ" ભૂલ શોધી જ કાઢતા હતા.

યુનિફૉર્મ નિરીક્ષણમાં નાપાસ થનાર વિદ્યાર્થીએ યુનિફૉર્મ પહેરીને સર્ફ ઝોનમાં દોડવું પડતું અને પછી, નખશિખ ભીના થઈને, સમુદ્રકિનારે રેતીમાં ત્યાં સુધી આળોટવું પડતું જ્યાં સુધી શરીરનો દરેક ભાગ રેતીથી ઢંકાઈ ના જાય. આ રૂપ "શુગર કૂકી" તરીકે ઓળખાતું હતું. બાકીનો દિવસ એ જ યુનિફૉર્મમાં, ઠંડી, ભીંજાયેલી અને રેતાળ અવસ્થામાં રહેવું પડતું હતું.

એવા ઘણા વિદ્યાર્થીઓ હતા, જે આ સત્યને સ્વીકારી નહોતા શકતા કે એમની બધી મહેનત પાણીમાં ગઈ. યુનિફૉર્મને સરસ બનાવવા માટે એમણે ગમે તેટલી મહેનત કેમ ના કરી હોય, ક્યારેય એમની પ્રશંસા નહોતી થતી. એ વિદ્યાર્થીઓ ટ્રેનિંગમાં આ વાતને સમજ્યા જ નહીં. એ વિદ્યાર્થીઓને ડ્રિલનો હેતુ જ નહોતો સમજાયો. તમે ક્યારેય સફળ થવાના જ નહોતા. તમારો યુનિફૉર્મ ક્યારેય એકદમ પરફેક્ટ થવાનો જ નહોતો.

ક્યારેક ક્યારેક તો એવું પણ થતું કે તમે ગમે તેટલી સારી તૈયારી કરો, ગમે તેટલું સારું પ્રદર્શન કરો છતાં શુગર કૂકી બનવું જ પડતું. જીવનમાં પણ ક્યારેક ક્યારેક આવું થાય છે.

જો તમે દુનિયા બદલવા માગતા હોવ તો શુગર કૂકી બનીને આગળ વધો અને આગળ વધતા રહો.

ટ્રેનિંગ દરમિયાન તમને રોજેરોજ અલગ અલગ પ્રકારના શારીરિક શ્રમ કરવાના પડકારો મળતા. લાંબી-લાંબી દોડ, લાંબું-લાંબું સ્વિમિંગ, અવરોધ કોર્સ અને કલાકો સુધી કૈલીસ્થેનિક્સ, તમારા ઉત્સાહની કસોટી કરવા માટે જ તૈયાર કરવામાં આવતાં હતાં.

દરેક સ્પર્ધાના માપદંડ હતા : સમયસીમામાં કામ કરવું પડતું. જો તમે એ માપદંડોને પૂરા ના કરી શક્યા તો તમારું નામ યાદીમાં આવી જતું અને દિવસના અંતે યાદીમાં જેમના નામ હોય તે લોકોને સર્કસમાં આમંત્રિત કરવામાં આવતા હતા.

સર્કસમાં બે કલાકના વધારાના કૈલીસ્થેનિક્સ વ્યાયામ કરવા પડતા. જેનો હેતુ તમને થકવવાનો, તમારા ઉત્સાહને મારી નાખવાનો, તમને હાર માનીને ભાગી જવા માટે વિવશ કરવાનો હતો. સર્કસ કોઈને નહોતું ગમતું. સર્કસનો અર્થ હતો કે, એ દિવસે તમે માપદંડો પૂરા નહોતા કર્યા. સર્કસનો અર્થ હતો વધારે થાક અને વધારે થાકનો અર્થ હતો કે બીજો દિવસ વધારે અઘરો હશે - અને હજી વધારે સર્કસની શક્યતા.

આમ તો સીલ ટ્રેનિંગ દરમિયાન બધાનું નામ ક્યારેક ને ક્યારેક સર્કસની યાદીમાં આવી જ જતું. સતત યાદીમાં રહેનારા લોકો સાથે બીજી એક રસપ્રદ વાત બની. બે કલાકના વધારાના કૈલીસ્થેનિક્સ કરનારા લોકો સમય સાથે મજબૂત અને હજી વધારે મજબૂત બનતા ગયા. સર્કસની તકલીફે એમનામાં આંતરિક શક્તિ ઉત્પન્ન કરી, તેમના શરીરની સ્થિતિસ્થાપકતા વધી.

જીવન પણ સર્કસથી ભરેલું છે. તમે નિષ્ફળ જશો. તમે કાયમ નિષ્ફળ જશો. આ પીડાદાયક હશે. તમને નિરાશ કરનારું હશે. કેટલીકવાર તે તમારા અંતર્મનની પરીક્ષા લેશે.

જો તમે દુનિયા બદલવા માગતા હોવ તો સર્કસથી ડરશો નહીં.

અઠવાડિયામાં ઓછામાં ઓછા બે વખત વિદ્યાર્થીઓએ અવરોધ કોર્સ કરવો પડતો. અવરોધ કોર્સમાં પચ્ચીસ અવરોધો હતા, જેમાં દસ ફૂટ ઊંચી દીવાલ, ત્રીસ ફૂટની કાર્ગો નેટ અને કાંટાળા તાર પર ક્રોલિંગનો સમાવેશ થતો હતો.

જો કે સૌથી પડકારજનક અવરોધ "સ્લાઇડ ફૉર લાઇફ" હતો. તેના એક છેડે ત્રિ-સ્તરીય, ત્રીસ ફૂટનો ટાવર અને બીજા છેડે એક સ્તરીય સિંગલ-ટાયર્ડ ટાવર હતો. બંનેની વચ્ચે સો ફૂટ લાંબું દોરડું રહેતું.

તમારે ત્રણ માળના ટાવર પર ચઢવું પડતું. એકવાર ટોચ પર પહોંચી ગયા પછી દોરડું પકડીને નીચે લટકીને, હાથથી જાતે જ પોતાની જાતને ખેંચીને એક છેડાથી બીજા છેડા સુધી પહોંચવું પડતું. વર્ષ 1977માં જ્યારે મારા ક્લાસે ટ્રેનિંગ શરૂ કરી ત્યારે અવરોધ કોર્સનો આ રેકોર્ડ બનેલો હતો. આ રેકોર્ડ અજેય લાગતો હતો. જોકે આ રેકોર્ડ ત્યારે તૂટ્યો જ્યારે એક વિદ્યાર્થીએ સ્લાઇડ ફૉર લાઇફમાં માથેથી લટકીને ઊતરવાનો નિર્ણય કર્યો.

દોરડાની નીચે શરીરને ઝુલાવીને આગળ વધવાને બદલે, તે બહાદુરીથી દોરડાની ટોચ પર ગયો અને પોતાની જાતને આગળ ધકેલી દીધી. આ ખતરનાક નિર્ણય હતો, જે મૂર્ખતાપૂર્ણ લાગતો હતો અને જોખમી તો એ હતો જ. એમાં નિષ્ફળ થવાનો અર્થ હતો - ઈજાગ્રસ્ત થવું અને ટ્રેનિંગમાંથી નીકળી જવું. એ વિદ્યાર્થી વિનાસંકોચ, જોખમી રીતે ઝડપથી દોરડા પરથી નીચે સરક્યો અને કેટલીક મિનિટને બદલે એને માત્ર અડધો સમય લાગ્યો. કોર્સ પતે ત્યાં સુધીમાં તેણે રેકોર્ડ તોડી નાખ્યો હતો.

જો તમે દુનિયા બદલવા માગતા હોવ તો સામે ચાલીને અવરોધોનો સામનો કરો.

ટ્રેનિંગના ભૂમિ યુદ્ધના તબક્કા દરમિયાન, વિદ્યાર્થીઓને સેન ડિએગોના કિનારે આવેલા સેન ક્લીમેન્ટ ટાપુ પર લઈ જવામાં આવે છે. સેન ક્લીમેન્ટનું પાણી મહાકાય સફેદ શાર્કનું પ્રજનન

સ્થળ છે. સીલ ટ્રેનિંગ પાસ કરવા માટે સ્વિમિંગની લાંબી શ્રેણી પૂર્ણ કરવાની હોય છે. આ સ્વિમિંગ રાત્રે કરવાનું હોય છે.

સ્વિમિંગ પહેલાં ઇન્સ્ટ્રક્ટરે ખુશ થઈને વિદ્યાર્થીઓને સેન ક્લીમેન્ટના પાણીમાં રહેતી શાર્કની તમામ પ્રજાતિઓ વિશે સંક્ષિપ્ત માહિતી આપી.

જોકે એ તેમને વિશ્વાસ અપાવે છે કે શાર્કે કદી કોઈ પણ વિદ્યાર્થીને ખાધો નથી - ઓછામાં ઓછા તાજેતરમાં તો જરાય નહીં, પરંતુ તમને એ પણ શીખવવામાં આવે છે કે જો કોઈ શાર્ક તમારી આસપાસ આંટા મારવા લાગે તો - એક જ જગ્યાએ ઊભા રહો. તરીને દૂર ના જશો. ભયભીત થઈને કશું કરશો નહીં અને જો કોઈ ભૂખી શાર્ક મધ્યરાત્રિએ નાસ્તો કરવા તમારી તરફ આવે - તો પછી તમારી બધી શક્તિ એકઠી કરીને તેના મોં પર મુક્કો મારો, એટલે તે ફરી જશે અને દૂર જતી રહેશે.

દુનિયામાં ઘણીબધી શાર્ક છે. જો તમે સ્વિમિંગ પૂર્ણ કરવાની ઇચ્છા રાખતા હોવ તો તમારે તેમનો સામનો કરવો પડશે.

જો તમે દુનિયાને બદલવા માગતા હો, તો શાર્કથી દૂર ના જશો.

નેવી સીલ તરીકે અમારું એક કામ પાણીની અંદરથી દુશ્મનના જહાજ પર હુમલો કરવાનું પણ હોય છે. અમે બેસિક ટ્રેનિંગ દરમિયાન આ તકનિકીનો ભરપૂર અભ્યાસ કર્યો હતો. શિપ ઍટેક મિશન એ હોય છે, જેમાં સીલ ડાઇવર્સની એક જોડીને દુશ્મનના બંદરની બહાર ઉતારવામાં આવે છે અને પછી તેઓ પોતાના લક્ષ્ય સુધી પહોંચવા માટે ઊંડાણ માપક અને હોકાયંત્રનો ઉપયોગ કરીને પાણીમાં બે માઈલ ઊંડે સુધી સારી રીતે તરે છે.

સમગ્ર સ્વિમિંગ દરમિયાન, સપાટીથી ઘણે ઊંડે સુધી થોડો પ્રકાશ આવતો હોય છે. તમને એ જાણીને રાહત થાય છે કે ઉપરનું પાણી ખુલ્લું જ છે, પરંતુ જ્યારે તમે ઘાટ સાથે બંધાયેલા જહાજની પાસે પહોંચો છો, ત્યારે પ્રકાશ આછો થવા લાગે છે. જહાજની સ્ટીલ ફ્રેમ ચંદ્રના પ્રકાશને અવરોધે છે; તે આસપાસના સ્ટ્રીટ લેમ્પના પ્રકાશને પણ અવરોધે છે. તે તેની આજુબાજુના તમામ પ્રકાશને અવરોધે છે.

મિશનમાં સફળ થવા માટે તમારે જહાજની નીચે તરીને સેન્ટર લાઇન એટલે કે કિલ અને જહાજના સૌથી ઊંડા ભાગને શોધવો પડશે. આ જ તમારો ઉદ્દેશ્ય હોય છે. જોકે કિલ એ જહાજનો સૌથી વધારે અંધારિયો ભાગ પણ હોય છે. જ્યાં તમે તમારા ચહેરા સામેનો તમારો હાથ પણ નથી જોઈ શકતા. જ્યાં જહાજની મશીનરીનો અવાજ તમારા કાન ફાડી નાખે છે, જેના લીધે વિચલિત થવાની અને નિષ્ફળ જવાની સંભાવના બહુ વધી જાય છે.

દરેક સીલ જાણે છે કે મિશનના સૌથી અંધકારમય સમયમાં, જહાજના કિલ નીચે, તમારે શાંત અને સંયમિત રહેવું જોઈએ. તે સમયે તમારી બધી ટેક્નિકલ કુશળતા, તમારી શારીરિક શક્તિ અને તમારી આંતરિક શક્તિનો ઉપયોગ કરવો જોઈએ.

જો તમે દુનિયા બદલવા માગતા હો, તો તમારે સૌથી મુશ્કેલ સમયમાં તમારા સર્વશ્રેષ્ઠ રૂપમાં રહેવું જોઈએ.

ટ્રેનિંગના નવમા અઠવાડિયાને હેલ વીક કહેવાય છે. તેમાં છ દિવસ સુધી ઊંઘવા નથી મળતું અને સતત શારીરિક અને માનસિક ત્રાસ સહેવો પડે છે. આ સિવાય એક દિવસ મડફ્લેટ્સ પસાર કરવો પડે છે. મડફ્લેટ્સ સેન ડિએગો અને તિજુઆનાની વચ્ચેનો

વિસ્તાર છે, જ્યાં પાણી વહ્યા કરતું હોવાથી તિજુઆના સ્લ્યૂઝ બની જાય છે, જે આ વિસ્તારમાં એક દલદલવાળો ભાગ હોય છે જેમાં તમે કાદવથી ભરાઈ જાઓ છો.

તે હેલ વીકની બુધવારની બપારે તમે મડફ્લેટ્સ જવા નીકળો છો અને પછીના પંદર કલાક ઠંડી માટી, ઘૂઘવતા પવન અને ઇન્સ્ટ્રક્ટરના સતત દબાણથી બચવાના પ્રયત્નોમાં પસાર કરો છો.

તે બુધવારની સાંજે સૂર્ય આથમવા લાગ્યો. મારા ટ્રેનિંગ ક્લાસને "નિયમોનું ગંભીર ઉલ્લંઘન" કરવા બદલ કાદવમાં જવાનો આદેશ આપવામાં આવ્યો.

દરેક માણસ કાદવમાં ત્યાં સુધી ધસતો ગયો જ્યાં સુધી માથા સિવાયનો કોઈ ભાગ બહાર ના દેખાય. ઇન્સ્ટ્રક્ટરે અમને કહ્યું કે, જો અમારામાંથી પાંચ, માત્ર પાંચ લોકો હાર માનીને બહાર આવી જાય તો બાકી બધા બહાર નીકળી શકશે અને અમે આ દમનકારી ઠંડીથી બહાર નીકળી શકીશું.

જ્યારે મેં કાદવની ચારે તરફ જોયું, તો સ્પષ્ટ દેખાતું હતું કે કેટલાક વિદ્યાર્થીઓ હાર માનવાની તૈયારીમાં છે. સૂર્યોદય થવામાં હજી આઠ કલાકની વાર હતી એટલે કે હજી બીજા આઠ કલાક સુધી હાડ થીજવનારી ઠંડીનો સામનો કરવાનો હતો. વિદ્યાર્થીઓનો દાંત કચકચાવાનો અને કણસવાનો અવાજ એટલો મોટો થઈ ગયો હતો કે બીજું કંઈ જ સંભળાય તેમ નહોતું. એ પછી આખી રાત એક સ્વર ગુંજવા લાગ્યો, બધા એકસાથે ગીત ગાવા લાગ્યા. ગીત એકદમ બેસૂરુ હતું, પરંતુ બધાએ ઉત્સાહથી ગાયું. એક અવાજમાં બીજો અવાજ ભળ્યો, પછી ત્રણ અને પછી આખો ક્લાસ ગીત ગાવા લાગ્યો.

અમે જાણતા હતા કે જો કોઈ એક વ્યક્તિ તકલીફ સહન કરી શકે છે તો બીજા પણ કરી શકે છે. ઇન્સ્ટ્રક્ટરે અમને

ચેતવણી આપી કે જો અમે ગીત ગાવાનું ચાલુ રાખીશું તો અમારે કાદવમાં વધારે રોકાવું પડશે. તેમ છતાં બધાએ ગાવાનું ચાલુ રાખ્યું અને પછી થોડીવારમાં કાદવ થોડો થોડો ગરમ લાગવા લાગ્યો. ઠંડી ઓછી લાગવા લાગી અને હવે સવાર થવામાં વધારે વાર નહોતી લાગતી.

દુનિયા ફરતી વખતે હું જે કંઈ શીખ્યો તે આશાની તાકત વિશે જ શીખ્યો. એક વ્યક્તિ વૉશિંગ્ટન, લિંકન, કિંગ, મંડેલા અને ત્યાં સુધી કે પાકિસ્તાની છોકરી મલાલાની શક્તિ. એક માણસ લોકોમાં આશા જગાવીને દુનિયા બદલી શકે છે.

જો તમે દુનિયા બદલવા માગતા હોવ તો, તમે ગરદન સુધીના કાદવમાં ફસાયેલા હોવ ત્યારે ગીત ગાવાનું શરૂ કરી દો.

સીલ ટ્રેનિંગમાં છેલ્લે એક ઘંટ પણ હોય છે. પ્રાંગણમાં વચ્ચોવચ લટકતો આ પિત્તળનો ઘંટ બધા જ વિદ્યાર્થીઓને દેખાય છે. તમારે ટ્રેનિંગ છોડવી હોય તો માત્ર આ ઘંટ જ વગાડવાનો હોય છે. ઘંટ વગાડો, એ પછી તમારે સવારે 5:00 વાગે ઊઠવું નહીં પડે. ઘંટ વગાડો અને પછી તમારે કડકડતી ઠંડીમાં તરવું નહીં પડે. ઘંટ વગાડો અને હવે તમારે રેસ નહીં કરવી પડે, અવરોધ કોર્સ, પીટી અને ટ્રેનિંગની બધી તકલીફોમાંથી મુક્તિ મળી જશે.

બસ, ઘંટ વગાડી દો.

જો તમે આ દુનિયાને બદલવા માગતા હો તો ઘંટ ક્યારેય ના વગાડશો.

વર્ષ 2014નો ક્લાસ હવે ગ્રૅજ્યુએશનથી થોડી જ ક્ષણો દૂર છે. જીવનનો પ્રવાસ શરૂ કરવાથી થોડીક જ ક્ષણો દૂર છે. દુનિયાને બદલીને, વધુ સારી બનાવવાની શરૂઆત કરવાથી માત્ર થોડી ક્ષણો દૂર છે. આ બધું એટલું સરળ નહીં હોય.

દરેક દિવસની શરૂઆત એક કામ પૂર્ણ કરીને કરો. તમારી મદદ કરવા માટે કોઈને શોધો. બધાને માન આપો.

એટલું સમજી લો કે જીવન બહુ સરળ નથી અને તમે ઘણીવાર નિષ્ફળ જશો, પરંતુ જો તમે જોખમ ઉપાડો છો, સૌથી અઘરા સમયમાં પણ મક્કમ રહો છો, ગુંડાઓનો સામનો કરો છો, નબળા લોકોને ઊભા કરો છો અને કદી હાર નથી માનતા... તો આવનારી પેઢી અને એના પછી આવનારી પેઢીઓ પોતાની જાતને આજની દુનિયા કરતા વધારે સારી દુનિયામાં જોશે અને જે અહીંથી શરૂ થયું, તે સાચે જ દુનિયાને બદલીને વધારે સારી બનાવી દેશે.

તમારો ખૂબ-ખૂબ આભાર.

આભાર

હું મારા સંપાદકનો તેમની ધીરજ અને સમજણ બદલ આભાર માનું છું. તેમણે એટલું સુંદર પુસ્તક તૈયાર કર્યું છે જેના વિશે મને ખાતરી છે કે તે સમયની કસોટી પર પાસ થશે. હું એ તમામ મહાન મિત્રોનો પણ આભારી છું, જેમણે આ પુસ્તકમાં તેમનું નામ લખવા માટે સહમતિ આપી છે. અનેક મુશ્કેલીઓ વચ્ચે તમારી સૌની હિંમત મને કેટલી બધી પ્રેરણા આપે છે, તેની તમને ક્યારેય ખબર નહીં પડે.

લેખક વિશે

એડમિરલ વિલિયમ એચ. મૈકરેવન (રિટ. યુએસ નેવી), 'ન્યૂ યૉર્ક ટાઇમ્સ'ના 'મેક યૉર બેડ'ના બેસ્ટસેલિંગ લેખક, 'ન્યૂયૉર્ક ટાઇમ્સ'ની બેસ્ટસેલર 'સી સ્ટોરીઝઃ માય લાઇફ ઇન સ્પેશિયલ ઑપરેશન્સ' અને 'ધ હીરો કોડઃ લેસન્સ લર્ન્ડ ફ્રૉમ લાઇવ્સ વેલ લિવ્ડ'ના લેખક છે. નેવી સીલ તરીકેના સાડત્રીસ વર્ષના અનુભવમાં તેમણે પ્રારંભિક લેવલ પર કમાન્ડ સંભાળી હતી. ફૉર-સ્ટાર એડમિરલ તરીકે તેમની છેલ્લી જવાબદારી યુએસ સ્પેશિયલ ઑપરેશન્સ ફોર્સેસના કમાન્ડર તરીકેની હતી. નેવીમાંથી નિવૃત્ત થયા પછી તેમણે વર્ષ 2015થી 2018 સુધી ટેક્સાસ સિસ્ટમ યુનિવર્સિટીના ચાન્સેલર તરીકે સેવા આપી હતી. હવે તે તેમની પત્ની સાથે ઑસ્ટિન (ટેક્સાસ)માં રહે છે.

અનુવાદક વિશે

સુજલ ચિખલકર 2001થી ગુજરાતના અગ્રણી અખબારોમાં પત્રકાર તરીકે કાર્યરત રહ્યાં છે. સાથે જ તેમણે અનુવાદક તરીકે મરાઠી અને હિન્દીમાં ડઝનથી વધુ પુસ્તકોનો અનુવાદ કર્યો છે, જેમાં રસોઈથી લઈને રમત અને વિજ્ઞાનથી લઈને લાઇફસ્ટાઇલનાં પુસ્તકોનો સમાવેશ થાય છે. તેઓ માહિતીપ્રદ અને રસપ્રદ લેખન-વાચનમાં રસ ધરાવે છે.

E-mail : sujalchikhalkar@gmail.com